## ದೇವದತ್ತ ಪಟ್ಟನಾಯಕ

AF518867

ದೇವದತ್ತ ಪಟ್ಟನಾಯಕ ಅವರು ಈ ಆಧುನಿಕ ಕಾಲದಲ್ಲಿ ಪೌರಾಣಿಕ ಕಥೆಗಳ ಪ್ರಸ್ತುತತೆಯ ಬಗ್ಗೆ ಬರೆಯುತ್ತಾರೆ. ಚಿತ್ರಗಳನ್ನೂ ರಚಿಸುತ್ತಾರೆ ಮತ್ತು ವ್ಯಾಖ್ಯಾನಿಸುತ್ತಾರೆ. 1996 ರಿಂದ ಆರಂಭಿಸಿ ಇಲ್ಲಿಯವರೆಗೆ 50ಕ್ಕೂ ಹೆಚ್ಚು ಕೃತಿಗಳನ್ನು ರಚಿಸಿದ್ದಾರೆ ಹಾಗೂ ಸಾವಿರಕ್ಕೂ ಹೆಚ್ಚು ಲೇಖನಗಳನ್ನು ಬರೆದಿದ್ದಾರೆ.

ಅವರು ನಾಯಕತ್ವ ಮತ್ತು ಆಡಳಿತದ ಬಗ್ಗೆ ಕಾರ್ಪೊರೇಟ್ ಸಂಸ್ಥೆಗಳಿಗೆ ಮತ್ತು ಪುರಾಣ ಆಧಾರಿತ ಧಾರಾವಾಹಿಗಳ ಕುರಿತು ಟಿವಿ ಚಾನೆಲ್‌ಗಳಿಗೆ ಸಲಹೆಗಾರರಾಗಿದ್ದಾರೆ. ಅವರ ಮಾರ್ಗದರ್ಶನ ಹೊಂದಿರುವ ಟಿವಿ ಶೋಗಳಲ್ಲಿ ಸಿಎನ್‌ಬಿಸಿ–ಟಿವಿ 18 ನ 'ಬಿಸಿನೆಸ್ ಸೂತ್ರ' ಮತ್ತು ಎಪಿಕ್ ಟಿವಿಯಲ್ಲಿ 'ದೇವಲೋಕ' ಸಹಾ ಸೇರಿವೆ.

ಅವರ ಕುರಿತ ಹೆಚ್ಚಿನ ಮಾಹಿತಿಗೆ
**www.devdutt.com**ಕ್ಕೆ ಭೇಟಿ ಕೊಡಿ

## ಸಂವಾದಕರ ಪರಿಚಯ

ಅಂಕಿತ್ ಭೂಪತಾಣಿ ಅವರು ಸಮಲೈಂಗಿಕ ಹಕ್ಕುಗಳ ಕಾರ್ಯಕರ್ತ ಮತ್ತು 'ಕ್ವೀರ್ ಹಿಂದ್ ಅಲಯನ್ಸ್'ನ ಅಧ್ಯಕ್ಷ ಮತ್ತು ಸಂಸ್ಥಾಪಕ.

# ಲೇಖಕರ ಸ್ಪಷ್ಟೀಕರಣ

ಈ ಕೃತಿಯು ಅಂಕಿತ್ ಭೂಪತಾಣಿ ಹಾಗೂ ದೇವದತ್ತ ಪಟ್ಟನಾಯಕ ಅವರ ನಡುವೆ ಜರುಗಿದ ಸಂವಾದವನ್ನು ಆಧರಿಸಿದೆ. ಇದು ಶೈಕ್ಷಣಿಕ ಗ್ರಂಥವಲ್ಲ. ಆದರೆ ಅವಶ್ಯಕ ಅನಿಸಿದೆಡೆಯಲ್ಲಿ ಶೈಕ್ಷಣಿಕ ಆಯಾಮವನ್ನು ನೀಡಲಾಗಿದೆ. ಈ ಪುಸ್ತಕದ ಉದ್ದೇಶ ವಿವಾದವನ್ನು ಹುಟ್ಟಿಹಾಕುವುದಲ್ಲ ಬದಲಿಗೆ ಸಂವಾದಕ್ಕೆ ದಾರಿಮಾಡಿಕೊಡುವುದಾಗಿದೆ. ಅನೇಕ ಸಂವಾದಗಳಂತೆ ಈ ಮಾತುಕತೆಯಲ್ಲಿಯೂ ಅನೇಕ ವಿಚಾರಗಳನ್ನು ಮುನ್ನೆಲೆಗೆ ತರಲಾಗಿದೆ. ಆದರೆ ಇದನ್ನು ಎಲ್ಲರೂ ಒಪ್ಪಲೇಬೇಕು ಎಂದೇನಿಲ್ಲ ನೆನಪಿನಲ್ಲಿಡಿ

**ಅನಂತ ಪುರಾಣಗಳಲ್ಲಿ ಅಡಗಿದೆ ಸನಾತನ ಸತ್ಯ**
**ಇದನ್ನು ಪೂರ್ಣವಾಗಿ ಕಂಡವರಾರು?**
**ವರುಣನಿಗಿವೆ ಸಾವಿರ ಕಣ್ಣು**
**ಇಂದ್ರನಿಗೆ ನೂರು**
**ನಮಗೆ ನಿಮಗೆ ಇರುವುದು ಎರಡೇ ಕಣ್ಣು**

# ಧರ್ಮ
## ಮತ್ತು
# ಸಮಲೈಂಗಿಕತೆ

ದೇವದತ್ತ ಪಟ್ಟನಾಯಕ

ಕನ್ನಡಕ್ಕೆ: ಡಾ. ಕಾಶೀನಾಥ ಅಂಬಲಗೆ

ಬಹುರೂಪಿ
ಆರ್ ಪಿ ರಿಜೆನ್ಸಿ, ಎಫ್-1, 2ನೇ ಮಹಡಿ,
2ನೇ ಅಡ್ಡರಸ್ತೆ, ಪಿ ಅಂಡ್ ಟಿ ಕಾಲೋನಿ,
ಆರ್ ಟಿ ನಗರ, ಬೆಂಗಳೂರು-560 032
ದೂರವಾಣಿ: 70191 82729

109

**DHARMA MATTU SAMALAINGIKATE**
By **DEVDUTT PATTANAIK**
www.devdutt.com

Published By **Bahuroopi**
R P Regency, F-1, 2nd Floor, 2nd Cross, P&T Colony,
R T Nagar, Bangalore - 560 032

editor@bahuroopi.in

Mobile | WhatsApp Bookstore: **70191 82729**

online book store: **bahuroopi.in**

ISBN: 978-81-977367-0-4
First Edition: November 2024
Pages: 88 | Price: Rs. 170


Translated by: **Kashinath Ambalage**

Photos Courtesy: **Wiki Commons / Ankith Bhuptani**

Printed by
**Repro India ltd, Mumbai**

ಆತ್ಮ,
ಇದೂ ಹೌದು,
ಅದೂ ಹೌದು,
ಇದರ ನಡುವಿರುವ
ಎಲ್ಲವೂ ಹೌದು.

# ಪ್ರಸ್ತಾವನೆ

ಹಿಂದೂ ಧರ್ಮದ ಬಗ್ಗೆ ಒಳ್ಳೆಯ ಮಾತು ಬಂದಾಗಲೆಲ್ಲಾ 16ನೆಯ ಶತಮಾನದ ಕವಿ ತುಲಸೀದಾಸ ಅವರ 'ರಾಮಚರಿತಮಾನಸ'ದ ಈ ಸಾಲುಗಳನ್ನು ಪ್ರಸ್ತಾಪಿಸಲಾಗುತ್ತದೆ–

**ಡೋಲು ನಿರಕ್ಷರಿಗಳು ಶೂದ್ರರು ಪಶು ನಾರಿಯರು**
**ಇವರೆಲ್ಲರು ಏಟು ತಿನ್ನಲು ಯೋಗ್ಯರು**

ಹಿಂದೂ ಧರ್ಮವು ಪುರುಷ ಪ್ರಧಾನ, ಮಹಿಳಾ ವಿರೋಧಿ ಹಾಗೂ ಜಾತಿವಾದಿ ಆಗಿದೆ ಎಂದು ಹೇಳುವುದಕ್ಕಾಗಿಯೂ ಈ ಸಾಲುಗಳನ್ನು ಪ್ರಸ್ತಾಪಿಸಲಾಗುತ್ತದೆ. ಆದರೆ ಈ ಕೆಳಗಿನ ಸಾಲುಗಳ ಬಗ್ಗೆ ಯಾರೂ ಮಾತಾಡುವುದಿಲ್ಲ –

**ನರ, ನಪುಂಸಕ, ನಾರಿ,**
**ಸಕಲ ಜೀವ ಚರಾಚರವು**
**ಎಲ್ಲ ಭವ ಭಜನೆ ಬಿಟ್ಟು**
**ನನಗೆ ಪರಮ ಪ್ರಿಯವಾಗಿಹವು**
**(7.87 ಕ । ರಾಮಚರಿತಮಾನಸ)**

ಮೇಲಿನ ಮೊದಲ ಶ್ಲೋಕದ ಮಾತುಗಳು ಸಮುದ್ರ ದೇವನಾದ ವರುಣನದ್ದೇ ಹೊರತು, ಶ್ರೀರಾಮನದ್ದಲ್ಲ. ಆದರೆ ಎರಡನೆಯ ಶ್ಲೋಕದ ಮಾತುಗಳು ರಾಮನದ್ದು. ಮೊದಲ ಶ್ಲೋಕವು ಅಹಂಕಾರವನ್ನು ತ್ಯಜಿಸುವ ಬಗ್ಗೆ ಹೇಳಿದರೆ, ಎರಡನೆಯದು ಆತ್ಮದರ್ಶನವನ್ನು ಮಾಡಿಸುತ್ತದೆ. ಈ ಎರಡರಲ್ಲಿ ಯಾವ ಶ್ಲೋಕ ಹಿಂದೂ ಧರ್ಮದ ವ್ಯಾಖ್ಯಾನವನ್ನು ನೀಡುತ್ತದೆ?

ಸೆಲೆಬ್ರಿಟಿ ಸಂತರು ಹಾಗೂ ಸ್ವಘೋಷಿತ ಮಾಧ್ಯಮ ಬೆಂಬಲಿತ ಹಿಂದೂ ನೇತಾರರು ಸಲಿಂಗ ಕಾಮ ಎನ್ನುವುದು ಪಾಶ್ಚಿಮಾತ್ಯ ಪರಿಕಲ್ಪನೆ. ಭಾರತೀಯ ಪರಂಪರೆಯಲ್ಲಿರುವುದು ಟ್ರಾನ್ಸ್‌ಜೆಂಡರ್ (ಕಿನ್ನರ) ಮಾತ್ರ ಎಂದು ಮಾತನಾಡುವುದನ್ನು ನಾನು ಕೇಳಿದ್ದೇನೆ. ಇದರ ಅರ್ಥ ಅವರು ಟ್ರಾನ್ಸ್‌ಜೆಂಡರ್ ಜನಾಂಗಕ್ಕೆ ನಿಜವಾದ ಶಕ್ತಿ ಹಾಗೂ ಸಂಪನ್ಮೂಲಗಳನ್ನು ಒದಗಿಸುತ್ತಿದ್ದಾರೆ ಎಂದಲ್ಲ ಇದು ಕೇವಲ ಬಾಯಿಮಾತಷ್ಟೇ. ವೇದವು ಸಲಿಂಗಕಾಮವನ್ನು ಬೆಂಬಲಿಸುವುದಿಲ್ಲ ಎಂದು ಅವರು ಹೇಳುತ್ತಾರೆ. ಆದರೆ ವೇದಗಳು ಸಮರ್ಥನೆ ಅಥವಾ ಖಂಡನೆಯ ಬಗ್ಗೆ ಇರುವುದಲ್ಲ. ತಪ್ಪು–ಸರಿ, ನ್ಯಾಯ–ಅನ್ಯಾಯ ಇವೆಲ್ಲ ಪೈಗಂಬರರ ಮಾತುಗಳಾಗಿವೆ. ದಿಗಂಬರರ ಮಾತುಗಳಲ್ಲ. ಹಿಂದೂ ನೇತಾರರು ತೀರಾ ಚಾಲಾಕಿತನದಿಂದ ತಮ್ಮನ್ನು ದೇವದೂತರು ಎಂದು ಹೇಳಿಕೊಳ್ಳುತ್ತಾರೆ. ಇದು ಹಿಂದೂ ಪರಿಕಲ್ಪನೆಯೂ ಅಲ್ಲ, ವೈದಿಕ ಪರಿಕಲ್ಪನೆಯಲ್ಲೂ ಇಲ್ಲ.

ವೇದವು ಅಹಂ ಹಾಗೂ ಆತ್ಮ ಕುರಿತು ಮಾತಾಡುತ್ತದೆ. ಅಹಂನೊಳಗೆ ಭಯವಿದೆ. ಆದ್ದರಿಂದಾಗಿ ಅದು ಬಹಿಷ್ಕರಿಸುತ್ತದೆ. ಆತ್ಮ 'ನಾನೆಂಬ' ಆನಂದದಲ್ಲಿ ಎಲ್ಲರನ್ನೂ ಸ್ವೀಕರಿಸುತ್ತದೆ. ರಾಜಾರಾಮ ಆತ್ಮದ ಸಂಕೇತವಾಗಿದೆ, ಅರ್ಥಾತ್ ರಾಮರಾಜ್ಯದಲ್ಲಿ ಯಾರಿಗೂ ಬಹಿಷ್ಕಾರವಿಲ್ಲ.

ಮಹಾಭಾರತದಲ್ಲಿ ಸುಲಭಾ ಎಂಬ ಹೆಸರಿನ ಋಷಿಕನ್ಯೆ ಜನಕನಿಗೆ ಹೀಗೆ ಹೇಳುತ್ತಾಳೆ 'ದೇಹದ ಒಳಗೆ ವಾಸಿಸುತ್ತಿರುವ ದೇಹಿಗೆ ಯಾವ ಲಿಂಗವೂ ಇರುವುದಿಲ್ಲ. ಆದರೆ ದೇಹಕ್ಕೆ ಲಿಂಗ ಹಾಗೂ ಆಸೆಗಳಿವೆ. ಸಾಧು ದೇಹವನ್ನು

ನಿರಾಕರಿಸಿ ದೇಹಿಯ ಹುಡುಕಾಟ ನಡೆಸುತ್ತಾನೆ. ಗೃಹಸ್ಥನು ದೇಹದ ವಿವಿಧ ಅಭಿವ್ಯಕ್ತಿಗಳನ್ನು ದೇಹಿಯ ಅಭಿವ್ಯಕ್ತಿಯ ರೂಪದಲ್ಲಿ ಕಂಡುಕೊಳ್ಳುತ್ತಾನೆ. ನಮ್ಮ ದೇಹವು ಕರ್ಮದ ಫಲಾಫಲ. ಇದರ ಮೇಲೆ ನಮಗೆ ಯಾವುದೇ ಹಿಡಿತವಿಲ್ಲ.

ನಾವು ಹೇಗೆ ಭಯ ಮತ್ತು ಹಸಿವಿನ ಮಾಯೆಯಿಂದ ಉತ್ತೇಜಿತರಾಗುತ್ತೇವೆ ಹಾಗೂ ಮತ್ತು ಇದರಿಂದಾಗಿ ಪ್ರಕೃತಿಯ ವೈವಿಧ್ಯದ ಮೇಲೆ ಹಿಡಿತ ಸಾಧಿಸಲು ಪ್ರಯತ್ನಿಸುತ್ತೇವೆ ಎನ್ನುವುದಕ್ಕೆ ಈ ದೇಹವೇ ಸಾಕ್ಷಿಯಾಗಿದೆ'.

ಭಯ ಮತ್ತು ಹಸಿವಿನ ಭ್ರಮೆಯಿಂದ ನಾವು ಹೇಗೆ ಉದ್ರೇಕಗೊಳ್ಳುತ್ತೇವೆ ಮತ್ತು ಅಹಂಕಾರಿಗಳಾಗುತ್ತೇವೆ ಮತ್ತು ಇದರಿಂದಾಗಿ ನೈಸರ್ಗಿಕ ವೈವಿಧ್ಯದ ಮೇಲೆ ನಿಯಂತ್ರಣ ಮತ್ತು ಕ್ರಮಬದ್ಧತೆ ಸ್ಥಾಪಿಸಲು ನಾವು ಬಯಸುತ್ತೇವೆ ಎಂಬುದಕ್ಕೆ ದೇಹಿ ಸಾಕ್ಷಿಯಾಗಿದೆ.

ಲಿಂಗ ಹಾಗೂ ಕಾಮುಕತೆಗೆ ಪ್ರಾಚೀನ ಭಾರತದ ಸಂಸ್ಕೃತ ಹಾಗೂ ಪ್ರಾಕೃತದಲ್ಲಿ ಐವತ್ತಕ್ಕೂ ಹೆಚ್ಚು ಶಬ್ದಗಳಿವೆ. ಅವುಗಳಲ್ಲಿ 'ನಪುಂಸಕ' ಎನ್ನುವುದು ಕೂಡ ಒಂದು. ಆ ಎಲ್ಲವೂ ಜೀವಾತ್ಮಗಳೇ. ರಾಮನಿಗೆ (ಪರಮಾತ್ಮನಿಗೆ) ಪ್ರಿಯರಾದವರೆ. ರಾಜಕಾರಣಿಗಳು ಮತ್ತು ಬಾಬಾಗಳ ಅಭಿಪ್ರಾಯಗಳು ಮತ್ತು ತಂತ್ರಗಳಿಗಿಂತ ಈ ಆತ್ಮಜ್ಞಾನವು ಹೆಚ್ಚು ಮುಖ್ಯವಾಗಿದೆ.

ಧರ್ಮದ ಬೆಳಕಿನಲ್ಲಿ ಜನರು ಸಲಿಂಗ ಕಾಮವನ್ನು ಅರ್ಥಮಾಡಿಕೊಳ್ಳಲು ಪ್ರಯತ್ನಿಸಲಿ ಎನ್ನುವುದು ಈ ಕೃತಿಯ ಉದ್ದೇಶ. ಜಂಗಲ್ ಕಾನೂನು (ಮತ್ಸ್ಯ ನ್ಯಾಯ) ಮತ್ತು ಅಹಂಕಾರವನ್ನು ಗೆಲ್ಲುವ ಮಾರ್ಗವಾಗಿದೆ. ಇದು ಸ್ವೀಕಾರ ಹಾಗೂ ವೈವಿಧ್ಯತೆಗೆ ಅವಕಾಶ ಕಲ್ಪಿಸಿಕೊಡುವ ಮತ್ತು ಧೈರ್ಯವನ್ನು ಪಡೆಯುವ ಪಯಣವೇ ಆಗಿದೆ.

ಈ ಪುಸ್ತಕ ಓದಿನ ಖುಷಿ ನಿಮ್ಮದಾಗಲಿ ಎಂದು ಆಶಿಸುತ್ತೇನೆ. ಆತ್ಮಜ್ಞಾನದ ಮೂಲಕ ಕಾಮನಬಿಲ್ಲಿನ ಎಲ್ಲ ಪಾತ್ರಗಳಿಗೂ ನಿಮ್ಮ ಹೃದಯದಲ್ಲಿ ಒಂದು ಸ್ಥಾನ ಕಲ್ಪಿಸಿಕೊಡಿ.

**-ದೇವದತ್ತ ಪಟ್ಟನಾಯಕ**

# ಪರಿವಿಡಿ

# 1

# ಧರ್ಮ

## ಸನಾತನ ಧರ್ಮ

**ಅಂಕಿತ ಭುಪತಾಣಿ–** ಏನಿದು ಸನಾತನ ಧರ್ಮ ಎಂದರೆ?

**ದೇವದತ್ತ ಪಟ್ಟನಾಯಕ:** ಯಾವುದಕ್ಕೆ ಆದಿ ಅಂತ್ಯ ಇಲ್ಲವೋ ಅದು 'ಸನಾತನ' ಎಂಬ ಶಬ್ದದ ಅರ್ಥವಾಗಿದೆ. ಅದಕ್ಕೆ ಯಾವ ಸೀಮೆ ಇಲ್ಲ. ಇನ್ನೂ ವಿಶೇಷವಾಗಿ ಹೇಳಬೇಕೆಂದರೆ, ಸನಾತನ ಧರ್ಮ ಎನ್ನುವುದು ಪುನರ್ಜನ್ಮದಲ್ಲಿ ವಿಶ್ವಾಸವಿರುವ ಜನರ ವಿಚಾರಧಾರೆಯಾಗಿದೆ. ಪುನರ್‌ಜನ್ಮದ ವಿಚಾರವು ಭಾರತದಲ್ಲಿಯೇ ಪ್ರಾರಂಭವಾಗಿದೆ. ಕಾರಣ ಈ ಸಿದ್ಧಾಂತ ಹಾಗೂ ವಿಚಾರಧಾರೆಗೆ ಭಾರತೀಯ ಧರ್ಮ ಎಂದೂ ಕರೆಯಬಹುದು.

ಇತ್ತೀಚೆಗೆ ನಾವು ಧರ್ಮ ಎಂಬ ಶಬ್ದವನ್ನು ಮತ ಎಂಬ ಶಬ್ದದಂತೆ ಬಳಸುತ್ತಿದ್ದೇವೆ.

ಆದರೆ ಧರ್ಮ ಎಂಬ ಶಬ್ದಕ್ಕೆ ಬೇರೆ ಬೇರೆ ಅರ್ಥಗಳಿವೆ. ಅವರು ತೋರಿದ ಮಾರ್ಗದಲ್ಲಿ ಮುನ್ನಡೆಯುವುದೇ ಧರ್ಮ ಎಂದು ಬುದ್ಧ ಗುರುವಿನ ಅಂಬೋಣವಾಗಿದೆ. ಆದರೆ ವೇದ ಶಾಸ್ತ್ರಗಳ ಪ್ರಕಾರ ಯಾರು ಮತ್ಸ್ಯನ್ಯಾಯದ ವಿರುದ್ಧವಾಗಿ ನಡೆದುಕೊಳ್ಳುತ್ತಾರೋ ಅವರೆಲ್ಲ ಮಾನವ ಧರ್ಮದ ನಂಬಿಕೆ ಉಳ್ಳವರೇ ಆಗಿರುತ್ತಾರೆ. ಇದನ್ನು ನಾವು ಮಾನವೀಯತೆ ಎಂದು ಕರೆಯುತ್ತೇವೆ ಹಾಗೂ ನಮ್ಮ ಶಾಸ್ತ್ರದಂತೆ ಇದುವೇ ನಮ್ಮ ಸಂಸ್ಕೃತಿಯ ಆಧಾರವಾಗಿದೆ ಮತ್ಸ್ಯನ್ಯಾಯವೆಂದರೆ ಜಂಗಲ್‌ರಾಜ್ ಎಂದೇ ಅರ್ಥ. ಅಲ್ಲಿ ದೊಡ್ಡ ಮೀನು ಚಿಕ್ಕ ಮೀನನ್ನು ತಿಂದು ಬದುಕುತ್ತದೆ. ಅಂದರೆ ತನ್ನ ವೈಯಕ್ತಿಕ ಹಾಗೂ ಸಾಮಾಜಿಕ ಹೊಣೆಗಾರಿಕೆಗಳನ್ನು ಪೂರೈಸಿ, ವೈಯಕ್ತಿಕ ಸಾಮಾಜಿಕ ಋಣ ತೀರಿಸಿ, ಇಂದ್ರಿಯ ನಿಗ್ರಹದ ಮೂಲಕ ಪುನರ್‌ಜನ್ಮದಿಂದ ಮುಕ್ತನಾಗುವುದೇ ಆಗಿದೆ. ಇದನ್ನು ಮೋಕ್ಷಪ್ರಾಪ್ತಿ ಎಂದೂ ಕರೆಯುತ್ತಾರೆ.

ಪ್ರತಿ ಧರ್ಮವು ತನ್ನನ್ನು ಸನಾತನ ಎಂದೇ ಕರೆದುಕೊಳ್ಳುತ್ತದೆ. ಇಸ್ಲಾಂ ಪ್ರಕಾರ, ಈ ಸೃಷ್ಟಿಯು ಕಟ್ಟಿಕೊಟ್ಟ ಅಲ್ಲಾಹನು ಅಂದಿನಿಂದ ಇಂದಿನವರೆಗೆ ಜೀವನದ ನೀತಿನಿಯಮಗಳ ಸಂದೇಶದೊಡನೆ ಪೈಗಂಬರರನ್ನು ನಮ್ಮ ನಡುವೆ ಕಳಿಸಿಕೊಡುತ್ತಲೇ ಇದ್ದಾನೆ. ಪೈಗಂಬರರ ಸಾಲಿನಲ್ಲಿ ಮಹ್ಮದರೇ ಅಂತಿಮ ಪೈಗಂಬರ್ ಆಗಿದ್ದಾರೆ.

## ವಿವಿಧ ಸನಾತನ ಧರ್ಮಗಳು

**ಅಂಕಿತ** – ಸನಾತನ ಧರ್ಮ ಹಾಗೂ ಹಿಂದೂ ಧರ್ಮಗಳು ಎರಡೂ ಒಂದೇ ಆಗಿವೆಯೋ ಅಥವಾ ಎರಡೂ ಬೇರೆ ಬೇರೆ ಆಗಿವೆಯೋ?

**ದೇವದತ್ತ** – ಕರ್ಮ, ಪುನರ್‌ಜನ್ಮ, ಆತ್ಮ, ಮೋಕ್ಷ ಹಾಗೂ ನಿರ್ವಾಣ ಇವುಗಳ ನಂಬಿಕೆಯ ಮಾತುಕತೆ ನಡೆಯುವಾಗ ಅದಕ್ಕೆ ಸನಾತನ ಧರ್ಮ ಎಂದು ಕರೆಯುತ್ತಾರೆ. ಸನಾತನ ಧರ್ಮದ ವನದಲ್ಲಿ ನಾಲ್ಕು ಗಿಡಗಳಿವೆ: ಹಿಂದೂ ಧರ್ಮ, ಬೌದ್ಧ ಧರ್ಮ, ಜೈನ ಧರ್ಮ ಹಾಗೂ ಸಿಖ್ ಧರ್ಮ.

ಹಿಂದೂ ಧರ್ಮದ ಮರಕ್ಕೆ ಅನೇಕ ಟೊಂಗೆಗಳಿವೆ, ಅವು ತಂತ್ರ, ವೇದ, ಆಗಮ, ನಿಗಮ, ವೈಷ್ಣವ, ಶೈವ ಹಾಗೂ ಶಾಕ್ತ ಪರಂಪರೆಗಳು.

ಬೌದ್ಧ ಧರ್ಮದ ಮರಕ್ಕೂ ಅನೇಕ ಟೊಂಗೆಗಳಿವೆ. ಇದು ಶ್ರೀಲಂಕಾ ಹಾಗೂ ದಕ್ಷಿಣ–ಪೂರ್ವ ಏಷ್ಯಾದಲ್ಲಿ ಕಂಡುಬರುತ್ತದೆ. ಮಹಾಯಾನ ಇದು ಜಪಾನ್ ಹಾಗೂ ಪೂರ್ವ ಏಷ್ಯಾದ ಕೆಲ ದೇಶಗಳಲ್ಲಿ ಕಂಡುಬರುತ್ತದೆ. ವಜ್ರಯಾನ ಇದು ಟಿಬೇಟ್‌ನಲ್ಲಿ ಹರಡಿದೆ.

ಜೈನ ಧರ್ಮದ ಮುಖ್ಯ ಶಾಖೆಗಳೆಂದರೆ ಶ್ವೇತಾಂಬರ ಹಾಗೂ ದಿಗಂಬರ ಪರಂಪರೆಗಳು. ಮೂರ್ತಿ ಪೂಜಕರು ಮತ್ತು ಸ್ಥಳೀಯವಾಸಿ ಪರಂಪರೆಗಳಲ್ಲಿ ಕೆಲ ಉಪ ಪರಂಪರೆಗಳೂ ಇವೆ.

ಕೆಲವರು ಸಿಖ್ ಧರ್ಮವನ್ನು ಸನಾತನ ಧರ್ಮ ಎಂದೇ ಕರೆಯುತ್ತಾರೆ. ಏಕೆಂದರೆ ಅವರು ದೇವರನ್ನು ನಿರಾಕಾರ ಎಂದು ಭಾವಿಸುತ್ತಾರೆ. ಸಿಖ್ ಧರ್ಮದ ಕೆಲವು ಮೂಲ ಪರಂಪರೆಗಳೆಂದರೆ: ಖಾಲಸಾ, ನಾಮಧಾರೀ, ನಿರಂಕಾರಿಗಳು.

## ಸನಾತನ ಧರ್ಮ, ಇಸ್ಲಾಂ ಹಾಗೂ ಕ್ರಿಶ್ಚಿಯನ್ ಧರ್ಮಗಳಲ್ಲಿ ಅಂತರ

**ಅಂಕಿತ** – ಸನಾತನ ಧರ್ಮ, ಇಸ್ಲಾಂ ಹಾಗೂ ಕ್ರಿಶ್ಚಿಯನ್ ಧರ್ಮಗಳಲ್ಲಿರುವ ಅಂತರವೇನು?

**ದೇವದತ್ತ** – ಕ್ರಿಶ್ಚಿಯನ್ ಧರ್ಮವು 2000 ವರ್ಷಗಳು ಹಾಗೂ ಇಸ್ಲಾಂ ಧರ್ಮವು 1400 ವರ್ಷಗಳಷ್ಟು ಹಳೆಯದಾಗಿವೆ. ಭಾರತದಲ್ಲಿ ಅರಬ್ ಹಾಗೂ ಪಾರಸೀ ದೇಶಗಳ ಮಾರ್ಗವಾಗಿ 800 ವರ್ಷಗಳ ಹಿಂದೆ ಇಸ್ಲಾಂ ಬಂದಿದೆ ಮತ್ತು ಕ್ರಿಶ್ಚಿಯನ್ ಧರ್ಮವು ಯುರೋಪ್‌ಗೆ ಪೋರ್ಚುಗೀಸರಿಗಿಂತ 500 ವರ್ಷಗಳ ಹಿಂದೆ ಬಂದಿದೆ.

ಸನಾತನ ಧರ್ಮದ ಅನುಯಾಯಿಗಳು ಪುನರ್‌ಜನ್ಮ ಹಾಗೂ ಪುನರ್ ಮೃತ್ಯುವಿನಲ್ಲಿ ನಂಬಿಕೆ ಇಟ್ಟವರು. ಆದರೆ ಇಸ್ಲಾಂ ಧರ್ಮಿಯರು ಹಾಗೂ ಕ್ರಿಶ್ಚಿಯನ್ನರು ಒಂದೇ ಜನ್ಮ ಒಂದೇ ಮೃತ್ಯುವಿನಲ್ಲಿ ನಂಬಿಕೆ ಹೊಂದಿದ್ದಾರೆ. ಇಸ್ಲಾಂ ಹಾಗೂ ಕ್ರಿಶ್ಚಿಯನ್ನರು ಏಕೀಶ್ವರ ವಾದಿಗಳಾಗಿದ್ದಾರೆ. ಇಂಗ್ಲಿಷ್‌ನಲ್ಲಿ ದೇವರಿಗೆ 'ಗಾಡ್' ಎಂದೂ, ಅರಬ್ಬಿ ಭಾಷೆಯಲ್ಲಿ 'ಅಲ್ಲಾಹ್' ಎಂದೂ ಹಾಗೂ ಫಾರಸೀ ಭಾಷೆಯಲ್ಲಿ 'ಖುದಾ' ಎಂದೂ ಕರೆಯುತ್ತಾರೆ.

ಇಸ್ಲಾಂ ಹಾಗೂ ಕ್ರಿಶ್ಚಿಯನ್ ಧರ್ಮಗಳು ಪೈಗಂಬರ್ ಪರಂಪರೆಯನ್ನು ಆಧರಿಸಿವೆ. ಪೈಗಂಬರ್ ಭಗವಾನ್‌ನ ಸಂದೇಶವನ್ನು ಮನುಷ್ಯರಿಗೆ ತಲುಪಿಸುತ್ತಾನೆ. ಈ ಸಂದೇಶದಲ್ಲಿ ನಂಬಿಕೆ ಇಟ್ಟವರು ಸ್ವರ್ಗಕ್ಕೆ (ಜನ್ನತ್) ಹೋಗುತ್ತಾರೆ, ಯಾರು ಸಂದೇಶದ ಪಾಲನೆ ಮಾಡುವುದಿಲ್ಲವೋ ಅವರು ನರಕಕ್ಕೆ (ಜಹನ್ನುಮ್) ಹೋಗುತ್ತಾರೆ.

ಇಸ್ಲಾಂನಲ್ಲಿ ಮೊಹಮದ್‌ರಿಗೆ ಅಂತಿಮ ಪೈಗಂಬರ್ ಎಂದು ಕರೆದರೆ ಕ್ರಿಶ್ಚಿಯನ್‌ನಲ್ಲಿ ಏಸುವಿಗೆ ಅಂತಿಮ ಪೈಗಂಬರ್ ಎಂದು ಕರೆಯುತ್ತಾರೆ.

ಕ್ರಿಶ್ಚಿಯನ್ ಧರ್ಮದ ಪ್ರಕಾರ ಏಸುಮಸೀಹ ಪೈಗಂಬರ್ ಮಾತ್ರವಲ್ಲದೆ ಈಶ್ವರನ ಪುತ್ರರೂ ಆಗಿದ್ದರು. ಅವರು ಈಶ್ವರ ಸ್ವರೂಪರೇ ಆಗಿದ್ದು, ಜನರ ನಡುವೆ ಬದುಕಲು ಬಂದಿದ್ದರು. ಕಾರಣ ಕ್ರಿಶ್ಚಿಯನ್ ಧರ್ಮದಲ್ಲಿ ಪ್ರೇಮಕ್ಕೆ ಹೆಚ್ಚು ಮಹತ್ವ ಕೊಡಲಾಗಿದೆ. ಇಲ್ಲಿ ಪ್ರೇಮದ ಸಂದೇಶವೇ ಇದೆ. ಇಲ್ಲಿ ಕೇವಲ ನಿಯಮ, ರೀತಿ–ನೀತಿಗಳ ಚರ್ಚೆ ನಡೆಯದೇ, ಪ್ರೇಮ ಕುರಿತೇ ಹೆಚ್ಚು ಮಾತಾಡಲಾಗುತ್ತದೆ. ಇಲ್ಲಿ ಎರಡೂ ಧರ್ಮಗಳಲ್ಲಿ ಒಂದು ಸಹಮತ ಇದ್ದಂತಿದೆ; ನೀನು ಹುಟ್ಟಿ ಬರುವುದು ಒಂದೇ ಸಲ, ಈ ಜನ್ಮದಲ್ಲಿ ನೀನು ಹೇಗೆ ಜೀವನ ನಡೆಸುವಿಯೋ ಅದರ ರಿಪೋರ್ಟ್‌ಕಾರ್ಡ್ ಒಂದು ರೂಪಿಸಲಾಗುತ್ತದೆ. ಅದರ ಆಧಾರದಲ್ಲಿಯೇ ನೀನು ಸ್ವರ್ಗಕ್ಕೆ ಹೋಗುವೆಯೋ ಅಥವಾ ನರಕಕ್ಕೋ ಎಂದು ನಿರ್ಧರಿಸಲಾಗುತ್ತದೆ. ಸನಾತನ ಧರ್ಮದಂತೆ ಇಲ್ಲಿ ಪುನರ್‌ಜನ್ಮದ ಚರ್ಚೆಯೇ ಇಲ್ಲ. ಉಪನಿಷತ್‌ನ ಪರಮಾತ್ಮ ಹಾಗೂ ಜೀವಾತ್ಮ ಎಂಬ ಶಬ್ದಗಳ ಉಪಯೋಗ ಇಸ್ಲಾಂ ಹಾಗೂ ಕ್ರಿಶ್ಚಿಯನ್‌ಗಳಲ್ಲಿ ಇಲ್ಲವೇ ಇಲ್ಲ.

ಇಲ್ಲಿ ಎರಡು ಪರಂಪರೆಗಳಿವೆ ಎಂದೂ ಹೇಳಬಹುದು–ಸನಾತನ ಧರ್ಮ ಅರ್ಥಾತ್ ದಿಗಂಬರ ಪರಂಪರೆ. ಇಲ್ಲಿ ತ್ಯಾಗ ಸಾಧನೆಯಿಂದ ಮುಕ್ತಿ ದೊರೆಯುತ್ತದೆ. ಇಸ್ಲಾಂ ಹಾಗೂ ಕ್ರಿಶ್ಚಿಯನ್ ಧರ್ಮಗಳಲ್ಲಿ ಅರ್ಥಾತ್ ಪೈಗಂಬರ್ ಪರಂಪರೆಯಲ್ಲಿ ನೀತಿ ನಿಯಮಗಳ ಪಾಲನೆಯಿಂದ ಜನ್ನತ್ (ಸ್ವರ್ಗ) ದೊರೆಯುತ್ತದೆ.

# 2

# ಲಿಂಗ ಹಾಗೂ ಲೈಂಗಿಕತೆ

**ಅಂಕಿತ** – ಇಂಗ್ಲಿಷ್‌ನಲ್ಲಿ ಸೆಕ್ಸ್, ಸೆಕ್ಸ್ಯುಯಾಲಿಟಿ ಮತ್ತು ಜಂಡರ್ ಎಂಬಂಥ ಶಬ್ದಗಳಿವೆ. ಇವುಗಳನ್ನು ಕನ್ನಡದಲ್ಲಿ ಹೇಗೆ ಅರ್ಥೈಸಿಕೊಳ್ಳಬೇಕು?

**ದೇವದತ್ತ** – ಇತ್ತೀಚೆಗೆ ಲೈಂಗಿಕ ಶಾಸ್ತ್ರ ಅಂದರೆ ಜೆಂಡರ್ ಸ್ಟಡೀಸ್ ಮೂಲಕ ಈ ವಿಷಯದಲ್ಲಿ ನಮ್ಮ ಜ್ಞಾನ ಹೆಚ್ಚುತ್ತಲಿದೆ. ಕಾರಣ ಹೊಸ ಶಬ್ದಗಳೂ ಮುಂಚೂಣಿಗೆ ಬರುತ್ತಲಿವೆ.

1500 ವರ್ಷಗಳ ಹಿಂದೆ ಭಾರತೀಯ ಶಾಸ್ತ್ರಗಳಲ್ಲಿ ಈ ವಿಷಯಗಳ ಚರ್ಚೆ ಇತ್ತು. ಆದರೆ ಅದು ಮುಂದುವರೆಯಲಾರದಾಗಿ ಈ ಜ್ಞಾನ ಮರೆತಂತಾಗಿದೆ. ಕಾರಣವೆಂದರೆ ನಮ್ಮ ಗುರುವಾದವರು ಕಾಮಶಾಸ್ತ್ರಕ್ಕಿಂತ ಮೋಕ್ಷಶಾಸ್ತ್ರದಲ್ಲಿ ಅಭಿರುಚಿ ಹೊಂದಿದ್ದರು. ಉದಾಹರಣೆಗೆ ಜೈನ ಮುನಿಗಳು ಭೌತಿಕ

ಶರೀರ ಮತ್ತು ಭಾವ ಶರೀರದಲ್ಲಿ ವ್ಯತ್ಯಾಸ ಕಂಡರು. ಅಂದರೆ, ದೇಹದ ಲಿಂಗ ಮತ್ತು ಮನಸಿನ ಲಿಂಗಗಳಲ್ಲಿ ವ್ಯತ್ಯಾಸ. ಆದರೆ ಇದು ಶಾಸ್ತ್ರಗಳಿಗೆ ಮಾತ್ರ ಸೀಮಿತವಾಗಿ ಸಾಮಾಜಿಕ ಶಬ್ದಕೋಶದಲ್ಲಿ ಸ್ವೀಕೃತಿ ಪಡೆಯಲಿಲ್ಲ.

ವಿಜ್ಞಾನದಲ್ಲಿ ಸಂಶೋಧನೆಗಳು ಹೆಚ್ಚು ನಡೆದಂತೆ ಹೊಸ ವಿಚಾರಗಳು ಕಲಿಯಲು ದಕ್ಕುತ್ತವೆ ಹಾಗೂ ಹೊಸ ಜ್ಞಾನ ಬೆಳಕು ಕಾಣುತ್ತದೆ. ಇತ್ತೀಚೆಗೆ ಲೈಂಗಿಕ ಶಾಸ್ತ್ರ ಕುರಿತು ಹೆಚ್ಚು ಚರ್ಚೆಗಳು ನಡೆಯುತ್ತಿವೆ. ಇದರಿಂದ ನಮಗೆ ಹೊಸ ಕಲಿಕೆ ಸಾಧ್ಯವಾಗುತ್ತಿದೆ. ಈ ಅರಿವಿನ ಪ್ರಭಾವ ರಾಜಕಾರಣ, ಅಧಿಕಾರತತ್ವ ಮತ್ತು ಸಾಮಾಜಿಕ ನ್ಯಾಯದ ಮೇಲೆಯೂ ಸಹಜ. ಜೀವ ವಿಜ್ಞಾನ ಅರ್ಥಾತ್ ಬಯಾಲಜಿಯು ದೇಹವನ್ನು ಕೇಂದ್ರೀಕರಿಸುತ್ತದೆ ಹಾಗೂ ಮನೋವಿಜ್ಞಾನ ಅರ್ಥಾತ್ ಸೈಕಾಲಜಿಯು ಮನಸನ್ನು ಕೇಂದ್ರೀಕರಿಸುತ್ತದೆ. ಯಾವ ಲಿಂಗ ಕಾಣುತ್ತದೆಯೋ ಅರ್ಥಾತ್ ದೇಹ ಲಿಂಗಕ್ಕೆ ಇಂಗ್ಲಿಷ್‌ನಲ್ಲಿ 'ಸೆಕ್ಸ್' ಎನ್ನುತ್ತಾರೆ. ಸೆಕ್ಸ್‌ಗೆ ಯೌನಸಂಬಂಧ ಎಂದೂ ಹೇಳುತ್ತಾರೆ. ಹೆಚ್ಚು ಜನರು ದೇಹ ಹಾಗೂ ಮನಸ್ಸಿನ ಲಿಂಗ ಎಂಬಲ್ಲಿ ಬಹಳ ವ್ಯತ್ಯಾಸ ಕಾಣಲಾರರು. ಸಮಾಜದಲ್ಲಿ ಕೆಲವು ಪುರುಷರು ತಮ್ಮನ್ನು ತಾವು ಪುರುಷರೆಂದು ಭಾವಿಸದೆ ಸ್ತ್ರೀಯಂತೆಯೇ ಅಭಿವ್ಯಕ್ತಿಸುತ್ತಾರೆ ಹಾಗೂ ಕೆಲವು ಸ್ತ್ರೀಯರು ತಮ್ಮನ್ನು ಸ್ತ್ರೀಯರೆಂದು ಭಾವಿಸದೆ ಪುರುಷನೆಂದು ಭಾವಿಸುತ್ತಾರೆ ಹಾಗೂ ಹಾಗೇ ಅಭಿವ್ಯಕ್ತಿಸುತ್ತಾರೆ. ಇಂತಹವರಿಗೆ ಹಿಂದೂ ಶಾಸ್ತ್ರದಲ್ಲಿ ನಪುಂಸಕ ಎಂದು ಕರೆಯುತ್ತಾರೆ. ಭಾರತದಲ್ಲಿ 'ನಪುಂಸಕತೆ' ಪ್ರಸ್ತಾಪವು 2300 ವರ್ಷಗಳ ಹಿಂದೆ 'ಪತಂಜಲಿ ಮಹಾಭಾಷ್ಯ' ಎಂಬ ಗ್ರಂಥದಲ್ಲಿ ದೊರೆಯುತ್ತದೆ.

ಆದರೆ, ವಿಷಯ ಅಷ್ಟು ಸುಲಭವಲ್ಲ. ಜನರ ನಂಬಿಕೆ ಎಂದರೆ, ಪುರುಷರು ಕೇವಲ ಸ್ತ್ರೀಯರ ಕುರಿತು ಆಕರ್ಷಿತರಾಗಿರುತ್ತಾರೆ ಹಾಗೂ ಸ್ತ್ರೀಯರು ಕೇವಲ ಪುರುಷರ ಕುರಿತು ಆಕರ್ಷಿತರಾಗಿರುತ್ತಾರೆ ಎಂಬುದಾಗಿದೆ. ಇದು ಜನರ ಮೂಲ ತಪ್ಪುಕಲ್ಪನೆಯಾಗಿದೆ. ಏಕೆಂದರೆ ಪ್ರಕೃತಿಯಲ್ಲಿ ಹಾಗಿಲ್ಲ.

ಪ್ರಕೃತಿಯಲ್ಲಿ ಕೆಲವು ಪುರುಷರು ಪುರುಷರ ಕುರಿತೂ ಆಕರ್ಷಿತರಾಗಿರುತ್ತಾರೆ ಹಾಗೂ ಕೆಲವು ಸ್ತ್ರೀಯರು ಸ್ತ್ರೀಯರ ಕುರಿತೂ ಆಕರ್ಷಿತರಾಗಿರುತ್ತಾರೆ. ಇದು ಕೆಲವು ಸಲ ಪ್ರೇಮ ಭಾವನೆಯಾಗಿರುತ್ತದೆ. ಕೆಲವು ಸಲ ಕಾಮುಕ ಭಾವನೆಯಿಂದ ಮೈಥುನ ಅಭಿಲಾಷೆಯಾಗಿರುತ್ತದೆ. ಕಾರಣವಾಗಿಯೂ ಇರುತ್ತದೆ. ಆದರೆ ಈ ಕುರಿತು ನಾವು ಹೆಚ್ಚು ಲಕ್ಷ್ಯ ವಹಿಸುವುದಿಲ್ಲ. ಏಕೆಂದರೆ ನಮಗೆ ಬಾಲ್ಯದಲ್ಲಿ ಶಾಲೆಗಳಲ್ಲಿ ಇದನ್ನು ಕಲಿಸುವುದಿಲ್ಲ.

ವಿಜ್ಞಾನಿಗಳು ಈ ಕುರಿತು ಗಂಭೀರವಾಗಿ ಅಧ್ಯಯನ ನಡೆಸಿದ್ದಾರೆ. ನಾವು ಜೆಂಡರ್ ಶಬ್ದ ಬಳಸುತ್ತೇವೆ. ಅವು ಮೂರು ಇವೆ–ಸೆಕ್ಸ್, ಜೆಂಡರ್ ಮತ್ತು ಸೆಕ್ಸ್ಯುಯಾಲಿಟಿ. ಸರಳ ಶಬ್ದಗಳಲ್ಲಿ ಹೇಳುವುದಾದರೆ–

1) ದೇಹದ ಲಿಂಗ ಅಥವಾ ಭೌತಿಕ (ದ್ರವ್ಯ ಶರೀರ)–
   ಸೆಕ್ಸ್ (ಸೆಕ್ಸ್‌ಗೆ ಇನ್ನೊಂದು ಅರ್ಥ ಯೌನಸಂಬಂಧ ಎಂದಿದೆ)
2) ಮನಸಿನ ಶರೀರ ಅಥವಾ ಭಾವ ಶರೀರ–ಸೆಕ್ಸ್ಯುಯಾಲಿಟಿ
3) ಸಮಾಜದ ಶರೀರ ಅಥವಾ ವ್ಯಕ್ತ ಶರೀರ–ಜೆಂಡರ್

## ಭೌತಿಕ ಶರೀರ (ದ್ರವ್ಯ ಶರೀರ)

ಸೆಕ್ಸ್ ಎಂದರೆ ನಿಮ್ಮ ಶರೀರ ಹೇಗಿದೆ? ಅದು ಪುಲ್ಲಿಂಗ ಶರೀರವೋ ಅಥವಾ ಸ್ತ್ರೀಲಿಂಗ ಶರೀರವೋ? ಕೆಲವರನ್ನು ನೋಡಿದರೆ ಅವರು ಹೆಣ್ಣೋ ಅಥವಾ ಗಂಡೋ ಎಂದೇ ಗೊತ್ತಾಗುವುದಿಲ್ಲ. ಅವರ ಜನ್ಮವಾದಾಗ ಡಾಕ್ಟರರು ಆ ಮಗುವಿನ ಲಿಂಗ ನೋಡಿ ಅದು ಹೆಣ್ಣು ಅಥವಾ ಗಂಡು ಎಂದು ಹೇಳಲು ಸಾಧ್ಯವಾಗುತ್ತಿರಲಿಲ್ಲ. ಇಂತಹ ಮಗುವಿಗೆ ಇಂಟರ್ ಸೆಕ್ಸ್ ಎನ್ನುತ್ತಾರೆ. ಅವರು ದೊಡ್ಡವರಾದಾಗ ಯಾರ ಕಡೆಗೆ– ಅಂದರೆ ಹೆಣ್ಣು ಅಥವಾ ಗಂಡಿನ ಕುರಿತು– ಆಕರ್ಷಿತರಾಗುತ್ತಾರೆ ಎಂದು ಅರ್ಥ ಆಗುವುದಿಲ್ಲ. ಇದನ್ನು ನಾವು ಭಾವ ಶರೀರ ಎಂದು ಕರೆಯುತ್ತೇವೆ.

ಕೆಲವರು ತಮ್ಮ ಶರೀರದ ಲಿಂಗ ಸ್ವೀಕರಿಸುತ್ತಾರೆ, ಕೆಲವರು ಸ್ವೀಕರಿಸುವುದಿಲ್ಲ. ಕೆಲವರ ಶರೀರ ಪುರುಷರದ್ದಾಗಿರುತ್ತದೆ. ಆದರೆ ಅವರು ತಮ್ಮನ್ನು ಪುರುಷ ಎಂದು ಒಪ್ಪಿಕೊಳ್ಳುವುದಿಲ್ಲ. ಕೆಲವರ ಶರೀರ ಸ್ತ್ರೀಯರದಾಗಿರುತ್ತದೆ ಆದರೆ, ಅವರು ತಮ್ಮನ್ನು ಸ್ತ್ರೀ ಎಂದು ಒಪ್ಪಿಕೊಳ್ಳುವುದಿಲ್ಲ. ಅವರು ವೈದ್ಯರಿಂದ ಆಪರೇಶನ್ ಮಾಡಿಸಿಕೊಂಡು ಲಿಂಗ ಬದಲಾಯಿಸಿಕೊಳ್ಳುತ್ತಾರೆ. ಇಂತಹವರಿಗೆ 'ಟ್ರಾನ್ಸ್‌ಜೆಂಡರ್' ಎಂದು ಕರೆಯುತ್ತಾರೆ.

## ಭಾವ ಶರೀರ

ಸೆಕ್ಸ್ಯುಯಾಲಿಟಿ ಎಂದರೆ ನಾವು ಯಾರತ್ತ ಆಕರ್ಷಿತರಾಗುತ್ತಿದ್ದೇವೆ?

ಅದು ಸಮಲೈಂಗಿಕ ಆಕರ್ಷಣೆಯೋ? ವಿಷಮಲೈಂಗಿಕ ಆಕರ್ಷಣೆಯೋ? ಅಥವಾ ಎರಡೂ ರೀತಿಗಳ ಆಕರ್ಷಣೆಯೋ? ಇದನ್ನು ಸೆಕ್ಸ್ಯುಯಾಲಿಟಿ ಅಥವಾ ಲೈಂಗಿಕತೆ ಎಂದು ಹೇಳಲಾಗುತ್ತದೆ. ಕೆಲವು ಪುರುಷರು ಕೇವಲ ಪುರುಷರ ಕುರಿತು ಅಥವಾ

ಪುರುಷ–ಸ್ತ್ರೀ ಈರ್ವರ ಕುರಿತೂ ಆಕರ್ಷಿತರಾಗುತ್ತಾರೆ. ಕೆಲವು ಸ್ತ್ರೀಯರು ಕೇವಲ ಸ್ತ್ರೀಯರು ಅಥವಾ ಸ್ತ್ರೀ–ಪುರುಷ ಈರ್ವರ ಕುರಿತೂ ಆಕರ್ಷಿತರಾಗುತ್ತಾರೆ.

ಪ್ರಾಚೀನ ಕಾಲದಲ್ಲಿ ಸಮಲೈಂಗಿಕ ಪುರುಷ ಮತ್ತು ಸ್ತ್ರೀಯರು, ಲಿಂಗ ಬದಲಾಯಿಸಿಕೊಂಡವರು ಈ ಇಬ್ಬರನ್ನೂ 'ನಪುಂಸಕ' ಎನ್ನುತ್ತಿದ್ದರು. ಇತ್ತೀಚೆಗೆ ಇಂಗ್ಲಿಷ್‌ನಲ್ಲಿ ಈ ಎರಡೂ ಸಂದರ್ಭದ ಸ್ಥಿತಿಗಳಿಗೆ ಒಂದು ಶಬ್ದ ಪ್ರಯೋಗ ಮಾಡಬೇಕೆಂದಾದರೆ 'ಕ್ವಿಯರ್' ಎಂಬ ಶಬ್ದ ಉಪಯೋಗ ಮಾಡಲಾಗುತ್ತದೆ.

## ವ್ಯಕ್ತ ಶರೀರ

ಸಮಾಜದಲ್ಲಿ ನಾವು ನಮ್ಮ ಲಿಂಗವನ್ನು ಬಟ್ಟೆಗಳು ಹಾಗೂ ನಡೆ ನುಡಿಗಳಿಂದ ಅಭಿವ್ಯಕ್ತಿಸುತ್ತೇವೆ. ಪುರುಷರು ಪುರುಷರ ಬಟ್ಟೆಗಳು ಧರಿಸುವುದು ಹಾಗೂ ಪುರುಷರಂತೆ ವ್ಯವಹರಿಸುವುದು ಮಾಡಬೇಕಾಗುತ್ತದೆ. ಹಾಗಾಗದಿದ್ದರೆ ಜನ ಅವರನ್ನು ಕುರಿತು ಅಪಹಾಸ್ಯ ಮಾಡುತ್ತಾರೆ. ಹೀಗೆ ಸ್ತ್ರೀಯರು ಸ್ತ್ರೀಯರ ಬಟ್ಟೆ ಧರಿಸಿ ಸ್ತ್ರೀಯರಂತೆ ವ್ಯವಹರಿಸಬೇಕು. ಇಲ್ಲವಾದರೆ ಜನತೆಯು ಅಪಹಾಸ್ಯ ಮಾಡುತ್ತಾರೆ. ಇದನ್ನು ನಾವು ವ್ಯಕ್ತ ಶರೀರ ಅಥವಾ ಜೆಂಡರ್ ಎಂದು ಕರೆಯುತ್ತೇವೆ. ನಪುಂಸಕ ಅಥವಾ ಕ್ವಿಯರ್‌ಗೆ ಇದು ಅಷ್ಟು ಸುಲಭವಲ್ಲ. ಯಾವ ಲಿಂಗವನ್ನು ನಾವು ಸ್ವೀಕರಿಸಿರುತ್ತೇವೆಯೋ ಹಾಗೂ ಅದನ್ನು ಅಭಿವ್ಯಕ್ತಿಸುತ್ತಿರುತ್ತೇವೆಯೋ ಇಂಥಲ್ಲಿ ಹಲವು ರೀತಿಯ ಒತ್ತಡಗಳಿರುತ್ತವೆ. ಇದರಲ್ಲಿ ಅನೇಕರಿಗೆ ಕಷ್ಟಗಳಿವೆ, ಜೀವನವಿಡೀ ಅವರು ತೊಂದರೆ ಅನುಭವಿಸುತ್ತಿರುತ್ತಾರೆ. ಯಾರಿಗೂ ಹೇಳುವುದಿಲ್ಲ. ಲೈಂಗಿಕ ಶಾಸ್ತ್ರದ ತಜ್ಞರಿಗೆ ಇದೆಲ್ಲ ಸಹಜ ಹಾಗೂ ನೈಸರ್ಗಿಕವಾಗಿದೆ ಎಂದು ತಿಳಿದಿರುತ್ತದೆ. ಆದರೆ ಸಮಾಜವು ಕಾಲಾಂತರದಲ್ಲಿ ಜಡತೆಯ ನಡೆಯಲ್ಲಿ ಸಿಕ್ಕಿಕೊಂಡಿದೆ. ಆದ್ದರಿಂದ ಇದು ಸ್ವೀಕರಿಸಲು ಹಿಂಜರಿಕೆಯಾಗುತ್ತದೆ. ಇದೇ ರೀತಿ ಒಂದು ಕಾಲದಲ್ಲಿ ಮಹಿಳೆ ಶಿಕ್ಷಣ ಪಡೆಯುವುದು ಹಾಗೂ ನೌಕರಿ ಮಾಡುವುದು ಸಮಾಜ ಒಪ್ಪಿರಲಿಲ್ಲವಲ್ಲ ಇದೂ ಹಾಗೆಯೇ.

ಕೆಲವರು ಪುರುಷರಾಗಿದ್ದೂ ಅವರಿಗೆ ತಾವು ಪುರುಷರೆಂದು ಅನಿಸುತ್ತಿರುವುದಿಲ್ಲ. ಅವರು ತಮ್ಮನ್ನು ಸ್ತ್ರೀ ಎಂದು ಅಭಿವ್ಯಕ್ತಿಸಲು ಬಯಸುತ್ತಾರೆ. ಆದರೆ, ಹಾಗೆ ಸಾಧ್ಯವಾಗುತ್ತಿರುವುದಿಲ್ಲ. ತಮ್ಮ ಈ ಅಭಿಲಾಷೆ ಅವರು ಬೇರೆಯವರಿಂದ ಮುಚ್ಚಿಡುತ್ತಾರೆ. ಪುರುಷರಂತೆ ತೋರಿಸಿಕೊಂಡರೂ ಕೆಲವರು ತಮ್ಮ ಭಾವನೆಗಳನ್ನು ಪ್ರಕಟಿಸುತ್ತಾರೆ ಹಾಗೂ ಸ್ತ್ರೀರೂಪ ಧರಿಸುತ್ತಾರೆ.

ಅನೇಕ ವಿಜ್ಞಾನಿಗಳು ವಿಶ್ವದಲ್ಲಿ ಶೇ.10ರಷ್ಟು ಮಂದಿ ಹೀಗೆ ಭಿನ್ನ ಭಾವನೆ ಹೊಂದಿದವರಿರುತ್ತಾರೆ ಎಂದು ನಂಬಿದ್ದಾರೆ. ಅಂದರೆ ಪ್ರತಿ ಹತ್ತನೇ ವ್ಯಕ್ತಿ ಭಾವನೆ ಹೊಂದಿದವರಾಗಿರುತ್ತಾರೆ. ವಿಶೇಷ ವಿಚಾರವೆಂದರೆ ಕೆಲ ತಜ್ಞರ ಪ್ರಕಾರ ಶೇ.80% ಜನರಲ್ಲಿ ಇಂತಹ ಭಿನ್ನ ಭಾವನೆಯವರಾಗಿರಬಹುದು.

ಇವೆಲ್ಲ ಅನುಮಾನದ ಅಂಕೆ ಸಂಖ್ಯೆಗಳಷ್ಟೇ. ಏಕೆಂದರೆ ಈ ದಿಕ್ಕಿನಲ್ಲಿ ಸ್ಪಷ್ಟವಾದ ಅಂಕೆ ಸಂಖ್ಯೆಗಳು ಲಭ್ಯವಿಲ್ಲ. ಇದು ಹೀಗೇಕೆಂದರೆ ನಾವು ಈ ಕುರಿತು ಮುಕ್ತವಾಗಿ ಚರ್ಚಿಸುವುದಿಲ್ಲ. ಹಾಗೇ ಒಟ್ಟಾರೆಯಾಗಿ ನಾವು ಶಾಸ್ತ್ರಗಳಲ್ಲಿಯೂ ಪ್ರಸ್ತಾಪವಾದಂತೆ ಮೂರು ಪ್ರಕಾರದ ಲಿಂಗಗಳಿವೆ ಎನ್ನಬಹುದು– ಒಂದನೆಯದಾಗಿ ಪುರುಷ, ನಾವು ಸಾಧಾರಣವಾಗಿ ಪುರುಷನೆಂದು ಗುರುತಿಸುತ್ತೇವೆ ಮತ್ತು ಅವನು ಸ್ತ್ರೀಯರತ್ತ ಆಕರ್ಷಿತನಾಗುತ್ತಾನೆ ಹಾಗೂ ಪುರುಷನಾಗಿ ತೋರ್ಪಡಿಸಿಕೊಳ್ಳುತ್ತಾನೆ. ಎರಡನೆಯ ಲಿಂಗವೆಂದರೆ ಸ್ತ್ರೀಲಿಂಗ, ಅವಳು ಸ್ತ್ರೀಯಂತೆ ಕಾಣುತ್ತಾಳೆ. ಪುರುಷರತ್ತ ಆಕರ್ಷಿತಳಾಗುತ್ತಾಳೆ ಹಾಗೂ ತನ್ನನ್ನು ಸ್ತ್ರೀ ಎಂದು ತೋರ್ಪಡಿಸಿಕೊಳ್ಳುತ್ತಾಳೆ.

ಕ್ವಿಯರ್‌ರನ್ನು ಶಾಸ್ತ್ರದಲ್ಲಿ 'ನಪುಂಸಕ' ಎಂದು ಕರೆದಿದ್ದಾರೆ. ಇಂಥ ಪುರುಷನು ಪುರುಷನಂತೆ ಕಾಣುತ್ತಾನೆ. ಅವನ ಭಾವನೆಗಳು ಅವನು ಸ್ತ್ರೀಯರ ಕುರಿತು ಆಕರ್ಷಿತನಾಗಿರದೇ ಪುರುಷರ ಕುರಿತೇ ಆಕರ್ಷಿತನಾಗಿರುತ್ತಾನೆ ಅಥವಾ ಸ್ತ್ರೀಪುರುಷ ಈರ್ವರ ಕುರಿತೂ ಆಕರ್ಷಿತನಾಗಿರುತ್ತಾನೆ. ಹೀಗೇ ಒಬ್ಬ ಸ್ತ್ರೀಯೂ ಇರಬಹುದು, ಅವಳು ಸ್ತ್ರೀಯರ ಕುರಿತು ಆಕರ್ಷಿತಳಾಗಿರುತ್ತಾಳೆ ಅಥವಾ ಸ್ತ್ರೀ ಪುರುಷ ಈರ್ವರ ಕುರಿತೂ ಆಕರ್ಷಿತಳಾಗಿರುತ್ತಾಳೆ. ಇಂತಹ ಜನರನ್ನೆಲ್ಲ ನಾವು ಒಂದು ಬುಟ್ಟಿಯಲ್ಲಿ ಕೂಡಿಟ್ಟು ಒಂದು ಹೊಸ ಸಮೂಹವನ್ನು ರೂಪಿಸಿದ್ದೇವೆ, ಒಂದು ವರ್ಣವನ್ನಾಗಿ ರೂಪಿಸಿದ್ದೇವೆ. ಇವರಿಗೆ ಕ್ವಿಯರ್ ಎಂದು ಹೆಸರಿಸಿದ್ದೇವೆ.

ಈ ರೀತಿಯಾಗಿ ಮೂರು ಸಮೂಹಗಳು ರೂಪುಗೊಂಡಿವೆ. ಜನ ಇತ್ತೀಚೆಗೆ LGBTIQ ಶಬ್ದ ಪ್ರಯೋಗ ಮಾಡುತ್ತಿದ್ದಾರೆ. ಇದರ ಪುಟಗಳು ಹೀಗಿವೆ –

L – **ಲೆಸ್‌ಬಿಯನ್:** ಈ ಸ್ತ್ರೀ ಶಾರೀರಿಕವಾಗಿ ಹಾಗೂ ಮಾನಸಿಕವಾಗಿ ತನ್ನನ್ನು ಸ್ತ್ರೀ ಎಂದು ಭಾವಿಸುತ್ತಾಳೆ ಹಾಗೂ ಸ್ತ್ರೀಯರ ಕುರಿತು ಆಕರ್ಷಿತಳಾಗಿರುತ್ತಾಳೆ.

G – **ಗೇ:** ಈ ಪುರುಷ ತನ್ನನ್ನು ಶಾರೀರಿಕವಾಗಿ ಹಾಗೂ ಮಾನಸಿಕವಾಗಿ ಪುರುಷನೆಂದು ಭಾವಿಸುತ್ತಾನೆ ಹಾಗೂ ಪುರುಷರ ಕುರಿತು ಆಕರ್ಷಿತನಾಗಿರುತ್ತಾನೆ.

B – **ಬೈಸೆಕ್ಸ್ಯುಯಲ್:** ಈ ಸ್ತ್ರೀ ಹಾಗೂ ಪುರುಷರು ಬೇರೆ ಪುರುಷರ ಹಾಗೂ ಸ್ತ್ರೀ ಈರ್ವರ ಕುರಿತೂ ಆಕರ್ಷಿತಳಾಗಿರುತ್ತಾಳೆ/ನಾಗಿರುತ್ತಾನೆ.

T – **ಟ್ರಾನ್ಸ್‌ಜೆಂಡರ್:** ಲಿಂಗವನ್ನು ಬದಲಾವಣೆ ಮಾಡಿಕೊಂಡವನು.

**I – ಇಂಟರ್‌ಸೆಕ್ಸ್:** ಇವರ ಶಾರೀರಿಕ ಲಿಂಗದಿಂದ ಇವರು ಸ್ತ್ರೀ ಅಥವಾ ಪುರುಷರೆಂದು ತಿಳಿಯುವುದಿಲ್ಲ.

**Q** – ಇವರು ಸಾಮಾಜಿಕವಾಗಿರುವ ಪರಿಕಲ್ಪನೆಯ ಲಿಂಗ ಹಾಗೂ ಲೈಂಗಿಕತೆಯ ಮಿತಿಗಳನ್ನು ಸ್ವೀಕರಿಸುವುದಿಲ್ಲ.

(ನೆನಪಿರಲಿ, ಈ ಶಬ್ದಗಳ ಸೂಕ್ಷ್ಮ ಅರ್ಥಗಳ ಕುರಿತು ತಜ್ಞರಲ್ಲಿ ಅನೇಕ ವಾದ ಪ್ರತಿವಾದಗಳಿವೆ, ಕಾರಣ ಈ ಶಬ್ದಗಳ ಶಬ್ದಾರ್ಥ ಗ್ರಹಿಸದೇ ಭಾವಾರ್ಥಗಳನ್ನು ಮಾತ್ರ ಗ್ರಹಿಸಬೇಕು.)

# 3

# ಕ್ಲೀಬ್, ನಪುಂಸಕ, ಕಿನ್ನರ, ತೃತೀಯ ಪ್ರಕೃತಿ ಮತ್ತು ಕ್ವಿಯರ್

**ಅಂಕಿತ:** ನಪುಂಸಕ ಎನ್ನುವ ಶಬ್ದವು ಇನ್ನುಳಿದ ಲಿಂಗಗಳಿಂದ ಭಿನ್ನವಾಗಿದೆಯೆ? ಏಕೆಂದರೆ ಸಮಾಜದಲ್ಲಿ ಸಾಧಾರಣವಾಗಿ ಯಾವ ಪುರುಷನು ಸ್ತ್ರೀಯೊಡನೆ ಲೈಂಗಿಕ ಸಂಬಂಧ ಬೆಳೆಸಲು ಸಾಧ್ಯವಾಗುವುದಿಲ್ಲವೋ ಅವನಿಗೆ 'ನಪುಂಸಕ' ಎಂದು ಕರೆಯಲಾಗುತ್ತದೆ. ನಪುಂಸಕತೆಯನ್ನು ಒಂದು ರೋಗವಾಗಿ ಪರಿಗಣಿಸಲಾಗುತ್ತದೆ. ನಪುಂಸಕತೆ ಎನ್ನುವುದು ಬೇರೆ ಏನೋ ಆಗಿದೆಯೇ? ಅಥವಾ ಸಮಾಜದಲ್ಲಿ ಈ ಕುರಿತು ಬೇರೆಯದೇ ಅರ್ಥ ಕಲ್ಪಿಸಲಾಗಿದೆಯೇ?

**ದೇವದತ್ತ:** ಸಮಯಕ್ಕೆ ತಕ್ಕಂತೆ ಶಬ್ದಗಳ ಅರ್ಥಗಳೂ ಬದಲಾಗುತ್ತ ಇರುತ್ತವೆ ಎಂದು ನಾವು ತಿಳಿದುಕೊಳ್ಳಬೇಕಾಗಿದೆ. ಯಾವುದೇ ಶಬ್ದ ಈ ಮೊದಲಿನ ಅರ್ಥ ಹಾಗೂ ಇಂದಿನ ಅರ್ಥಗಳು ಒಂದೇ ಆಗಿರುತ್ತದೆ ಎಂದು

ಹೇಳಲಾಗದು. ಒಂದು ಕಾಲದಲ್ಲಿ ಸ್ತ್ರೀಯು ಪುರುಷನಿಗಿಂತ ಕನಿಷ್ಠಳು ಎಂದು ಭಾವಿಸಲಾಗುತ್ತಿತ್ತು. ಇಂದು ಹಾಗೆ ಹೇಳಲಾಗದು. ಈಗ ಜನತೆಯಲ್ಲಿ ಸಮಾನತೆಯ ಪರಿಕಲ್ಪನೆಗಳಿವೆ. ಒಂದು ಕಾಲದಲ್ಲಿ ಬ್ರಾಹ್ಮಣರು ಶ್ರೇಷ್ಠ ವರ್ಣದವರೆಂದೂ, ದಲಿತರು ಕನಿಷ್ಠ ವರ್ಣದವರೆಂದೂ ಭಾವಿಸಲಾಗುತ್ತಿತ್ತು. ಆದರೆ ಇಂದಿನ ಕಾಲದಲ್ಲಿ ಯಾರೂ ಇದನ್ನು ನಂಬುವುದಿಲ್ಲ. ಕಾರಣ ಈಗ ಸಮಾಜ ಬದಲಾಗಿದೆ, ಅರ್ಥಗಳು ಬದಲಾಗಿವೆ ಮತ್ತು ಪ್ರತಿಯೊಂದು ಸಂಬಂಧದ ಅರ್ಥಗಳೂ ಬದಲಾಗಿವೆ.

ಪ್ರಾಚೀನ ಕಾಲದಲ್ಲಿ ಯಾರಲ್ಲಿ ಸ್ತ್ರೀ ಅಥವಾ ಪುರುಷರ ಲಕ್ಷಣಗಳು ಸ್ಪಷ್ಟವಾಗಿ ಗುರುತಿಸಲು ಸಾಧ್ಯವಾಗುವುದಿಲ್ಲವೋ ಅವರಿಗೆ 'ನಪುಂಸಕ' ಎಂದು ಕರೆಯುತ್ತಿದ್ದರು. ಇದಲ್ಲದೆ ಈ ಶಬ್ದವು ಎಂತಹ ಪುರುಷರ ಕುರಿತು ಹೇಳಲಾಗುತ್ತಿತ್ತೆಂದರೆ, ಆ ಪುರುಷ ಸ್ತ್ರೀಯರ ಕುರಿತು ಆಕರ್ಷಿತನಾಗುವುದಿಲ್ಲ ಹಾಗೂ ಅವನ ಸ್ವಭಾವ ಸ್ತ್ರೀಯರಂತಿದ್ದು, ಸ್ತ್ರೀಯರ ವೇಷ ಧರಿಸಲು ಬಯಸುತ್ತಿದ್ದನು. ಜನರು ಇವನಿಗೆ 'ನಪುಂಸಕ' ಎಂದರು ಹಾಗೂ ಅವನ ಕುರಿತು ಅಪಹಾಸ್ಯ ಮಾಡುತ್ತಿದ್ದರು. ಹೀಗೆ 'ನಪುಂಸಕ' ಎನ್ನುವುದು ಅಪಮಾನಿತ ಶಬ್ದವಾಗಿತ್ತು. ಈ ಮೂಲಕ ಅವರನ್ನು ನೀಚರಾಗಿ ಕಾಣಲಾಗುತ್ತಿತ್ತು. ಪುರುಷನು ಎಲ್ಲರಿಗಿಂತ ಶ್ರೇಷ್ಠನು, ಆತನ ಕೆಳಗೆ ಸ್ತ್ರೀಯು ಹಾಗೂ ಮೂರನೇ ದರ್ಜೆಯಲ್ಲಿ ನಪುಂಸಕ ಹೀಗೆ ಪಾರಂಪರಿಕ ವಿಚಾರ ಜನರಲ್ಲಿ ಮನೆಮಾಡಿತ್ತು.

ಆಧುನಿಕ ಕಾಲದಲ್ಲಿ ವಿಜ್ಞಾನಿಗಳು ಅನೇಕ ಪ್ರಕಾರದ ನಪುಂಸಕರು ಇದ್ದಾರೆ ಎಂದು ತಿಳಿಯಲಾರಂಭಿಸಿದ್ದಾರೆ. ಹೀಗೆ ನಾವು ಯಾರನ್ನು ಲೆಸ್‌ಬಿಯನ್ ಎಂದು ಕರೆಯುತ್ತೇವೆಯೋ ಅದಕ್ಕೆ ಹಿಂದಿಯಲ್ಲಿ ಶಬ್ದವೇ ಇಲ್ಲ. ಕನ್ನಡದಲ್ಲಿಯೂ ಇದಕ್ಕೊಂದು ತನ್ನದೇ ಶಬ್ದ ಇಲ್ಲ. ಹಿಂದಿಯಲ್ಲಿ ಈ ಲೆಸ್‌ಬಿಯನ್‌ಗೆ ಸ್ತ್ರೀಸಮಲೈಂಗಿಕ ಎನ್ನೋಣ ಹಾಗೂ ಕನ್ನಡದಲ್ಲಿಯೂ ಇ ಶಬ್ದಕ್ಕೆ ಸ್ತ್ರೀಸಮಲೈಂಗಿಕ ಎಂದು ಕರೆಯೋಣ. ಸಮಲೈಂಗಿಕ ಎಂಬ ಶಬ್ದವೂ ಹೊಸ ಶಬ್ದವೇ ಆಗಿದೆ. ಇದು 100 ವರ್ಷಗಳಷ್ಟು ಹಳೆಯದೂ ಅಲ್ಲ. ಹೋಮೋಸೆಕ್ಸ್ಯುಯಾಲಿಟಿ ಎಂಬ ಶಬ್ದವೂ ಕೇವಲ 100 ವರ್ಷಗಳಷ್ಟು ಹಳೆಯದಾಗಿದೆ. ಏಕೆಂದರೆ ವಿಜ್ಞಾನವು ಹೊಸಹೊಸ ಸಂಶೋಧನೆಗಳು ನಡೆಸಿದಂತೆ ಹೊಸಹೊಸ ಶಬ್ದಗಳು ಬಳಕೆಯಲ್ಲಿ ಬರತೊಡಗಿದವು. ನಾವು ಹಳೆಯ ಶಬ್ದಗಳನ್ನು ಒಡೆಯುತ್ತೇವೆ. ಅವುಗಳಿಗೆ ಹೊಸ ಅರ್ಥ ಕೊಡುತ್ತೇವೆ. ಅವುಗಳನ್ನು ಮುರಿಯುತ್ತೇವೆ ಹರಿಯುತ್ತೇವೆ ಹೊಸಹೊಸ ಅರ್ಥಗಳ ಶಬ್ದಗಳನ್ನು ಸೃಷ್ಟಿಸುತ್ತೇವೆ. ಒಂದು ಭಾಷೆಯಲ್ಲಿ ಹೊಸ ಕಲ್ಪನೆಗಳಿಗೆ ಹೊಸ ಶಬ್ದಗಳು ಇಲ್ಲವೆಂದಾದರೆ, ಜನರಿಗೆ ತಿಳಿಹೇಳಲು ಹಳೆಯ ಶಬ್ದಗಳನ್ನೇ ಪ್ರಯೋಗಿಸಿ ಮುನ್ನಡೆಯಬೇಕಾಗಿರುತ್ತದೆ.

## ಸಮಲೈಂಗಿಕತೆಯ ವಿವಿಧ ಶಬ್ದಗಳು

ನಪುಂಸಕ ಎಂಬ ಶಬ್ದವೇ ಇದಕ್ಕೆ ಸಾಕ್ಷಿ ಹೇಳುತ್ತಲಿದೆ, ಪ್ರಾಚೀನ ಭಾರತೀಯ ಪರಂಪರೆಯಲ್ಲಿ ಕೇವಲ ಎರಡೇ ಲಿಂಗಗಳಿವೆ ಎಂಬ ನಂಬಿಕೆ ಇರಲಿಲ್ಲ. ಉದಾಹರಣೆಗೆ ಪತಂಜಲಿ 'ಪಾಣಿನೀ ವ್ಯಾಕರಣ'ಕ್ಕೆ ಮಹಾಭಾಷ್ಯ ಬರೆದಿದ್ದರು. ಅದರಲ್ಲಿ ಅವರು ಮೂರು ಪ್ರಕಾರದ ಲಿಂಗಗಳಿವೆ ಎಂದು ಬರೆದಿದ್ದಾರೆ. ಆದರೆ ಇಂದು ಜಗತ್ತಿನ ಯಾವ ಮೂಲೆಗೆ ಹೋದರೂ ಜನ ಎರಡೇ ಲಿಂಗಗಳಿವೆ ಎಂದು ಹೇಳುತ್ತಾರೆ.

'ಉಸುಕಿ'ಗೆ ನಮ್ಮಲ್ಲಿ ಒಂದು ಅಥವಾ ಎರಡು ಶಬ್ದಗಳಿವೆ. ಆದರೆ ಮರುಭೂಮಿಯ ಜನರಲ್ಲಿ ಉಸುಕಿಗೆ ಎಷ್ಟೋ ಶಬ್ದಗಳಿವೆ. ಏಕೆಂದರೆ ಉಸುಕಿನೊಡನೆ ಅವರಿಗೆ ನಿಕಟವಾದ ಸಂಬಂಧವಿದೆ. ಇದರಂತೆಯೇ ನಪುಂಸಕ ಎನ್ನುವುದು ಒಂದು ಶಬ್ದ ಆದರೆ, ನಪುಂಸಕರ ಲೋಕದಲ್ಲಿ ಅದಕ್ಕೆ ಅನೇಕ ಶಬ್ದಗಳು ದೊರೆಯುತ್ತವೆ. ಅವು–ಕೋತಿ, ಮಂತಿ, ಕ್ಲೀಬ್, ದೇದಿ. ಇವು ದಕ್ಷಿಣ ಭಾರತದ ಶಬ್ದಗಳು. ಬೌದ್ಧ ಸಾಹಿತ್ಯದಲ್ಲಿ 'ಪಂಡಕಾ' ಎಂಬ ಶಬ್ದ ದೊರೆಯುತ್ತದೆ. ತಮಿಳು ಭಾಷೆಯಲ್ಲಿಯೂ ನಮಗೆ ಈ ಕುರಿತು ಅನೇಕ ಶಬ್ದಗಳು ದೊರೆಯುತ್ತವೆ. ತಾವೂ ಈ ಕುರಿತ ಶೋಧ ನಡೆಸಿರುವಿರಲ್ಲ? ಎಷ್ಟು ಶಬ್ದಗಳು ದೊರೆತಿವೆ ಈವರೆಗೆ?

**ಅಂಕಿತ:** ಅರವತ್ತೇಳು ಶಬ್ದಗಳು ದೊರೆತಿವೆ.

**ದೇವದತ್ತ:** ನಪುಂಸಕತೆಯ ವಿಭಿನ್ನ ರೂಪಗಳಿಗಾಗಿ ತಮಗೆ ಅರವತ್ತೇಳು ಶಬ್ದಗಳು ದೊರೆತಿವೆ. ಅವು ಸ್ತ್ರೀ ಅಥವಾ ಪುರುಷ ಎಂಬ ಪಾರಿಭಾಷಿಕ ಅರ್ಥದಲ್ಲಿ ಸೇರಿರುವುದಿಲ್ಲ. ಇಂಥ ವ್ಯಕ್ತಿಗಳಿಗೆ ಕಾಮಸೂತ್ರದಲ್ಲಿ ತೃತೀಯಲಿಂಗಿ (ತೃತೀಯ ಪ್ರಕೃತಿ) ಎಂಬ ಶಬ್ದದ ಪ್ರಯೋಗವಿದೆ. ಕಾಮಸೂತ್ರದಲ್ಲಿ ಸ್ಪಷ್ಟವಾಗಿ ಹೇಳಲಾಗಿದೆ. ಇಲ್ಲಿ ನಾವು ಮೂರನೇ ವಿಭಾಗ ಮಾಡಿದ್ದೇವೆ, ಒಂದು ಹೊಸ ವರ್ಣವೆಂದು ಹೇಳಿದ್ದೇವೆ ಒಂದು ಹೊಸ ಬುಟ್ಟಿಯಲ್ಲಿಟ್ಟಿದ್ದೇವೆ. ಇದರಲ್ಲಿ ಈ ಎಲ್ಲ ಜನ ಸೇರುತ್ತಾರೆ.

## ಕ್ವಿಯರ್ ಶಬ್ದ ಪ್ರಾಧಾನ್ಯತೆ

ಲೈಂಗಿಕ ಶಾಸ್ತ್ರಜ್ಞರು ಅಥವಾ ಲೈಂಗಿಕತೆ ಕುರಿತು ಸಂಶೋಧನೆ ನಡೆಸುವ ಜನ ಈಗ ಈ ಬುಟ್ಟಿಗೆ ಜಗತ್ತಿನಾದ್ಯಂತ ಮಾನ್ಯತೆ ಕೊಟ್ಟಿದ್ದಾರೆ. ಹೀಗೆ ಜಗತ್ತಿನಾದ್ಯಂತ–ಯುರೋಪ್, ಅಮೇರಿಕಾ ಹಾಗೂ ಅನ್ಯಾನ್ಯ ದೇಶಗಳಲ್ಲಿ

ಜನ ಇತ್ತೀಚೆಗೆ ಕ್ವಿಯರ್ ಶಬ್ದದ ಪ್ರಯೋಗ ಮಾಡತೊಡಗಿದ್ದಾರೆ. 'ಗೇ' ಅಥವಾ 'ಲೆಸ್‌ಬಿಯನ್' ಶಬ್ದಗಳ ಬದಲಾಗಿ ಜನ ಕ್ವಿಯರ್ ಶಬ್ದ ಪ್ರಯೋಗ ಮಾಡುತ್ತಲಿದ್ದಾರೆ. ಒಟ್ಟಾರೆಯಾಗಿ ನಾವು ಯಾರನ್ನು ಒಂದು ಮಿತಿಯಲ್ಲಿ ಹಿಡಿದಿಡಲಾಗದೋ, ಯಾರು ಒಂದು ಮಿತಿಯಲ್ಲಿ ಗುರುತಿಸಿಕೊಳ್ಳಲು ಬಯಸುವುದಿಲ್ಲವೋ, ಯಾರು ಮಿತಿಗಳನ್ನು ಮೀರುತ್ತಾರೋ ಅವರು ಕ್ವಿಯರ್ ಎಂದು ಕರೆಯಲ್ಪಡುತ್ತಿದ್ದಾರೆ.

## ಕ್ವಿಯರ್ ಸ್ವಭಾವ ನೈಸರ್ಗಿಕವಾಗಿದೆಯೇ?

**ಅಂಕಿತ:** ಓಹ್! ಹೌದು. ತಾವು ನಿಜ ಹೇಳಿದಿರಿ. ಶಾಲೆಗಳಲ್ಲಿ ಈ ವಿಷಯ ಕುರಿತು ಕಲಿಸುವುದೇ ಇಲ್ಲ. ನನಗೆ ಚೆನ್ನಾಗಿ ನೆನಪಿದೆ, ನನ್ನ ಗುಜರಾತಿ ಮಾಧ್ಯಮದ ಶಾಲೆಯಲ್ಲಿ ಲೈಂಗಿಕತೆ ಅಥವಾ ಸೆಕ್ಸ್ಯುಯಾಲಿಟಿ ಕುರಿತು ಏನೇನೂ ಕಲಿಸಲಿಲ್ಲ. ಹೆಣ್ಣು ಗಂಡಿನ ಮಿಲನ ಕುರಿತು, ಮಕ್ಕಳು ಹೇಗೆ ಹುಟ್ಟುತ್ತವೆ ಎಂಬ ಕುರಿತು ಪಠ್ಯದಲ್ಲಿ ಒಂದು ಚಾಪ್ಟರ್ ಇತ್ತು. ಆದರೆ ನಮ್ಮ ವಿವಾಹಿತ ಟೀಚರ್ ಆಂಟಿ ನಮಗೆ ಈ ಚಾಪ್ಟರ್ ಕಲಿಸಲೇ ಇಲ್ಲ. ನಾವು ಟೀಚರ್ ಆಂಟಿಗೆ 'ಬೆಹನ್' ಎಂದು ಕರೆಯುತ್ತಿದ್ದೆವು. ಕಾರಣ ನನಗೆ ನನ್ನ ಹದಿನೈದು ವರ್ಷ ವಯಸ್ಸಿನವರೆಗೆ ಲೈಂಗಿಕತೆ ಅಂದರೆ ಏನೆಂದು ಗೊತ್ತೇ ಇರಲಿಲ್ಲ. ದೇವದತ್ತಜೀ ನನ್ನ ಪ್ರಶ್ನೆ ಎಂದರೆ ನಮ್ಮ ಸಮಾಜವು ಸೆಕ್ಸ್ಯುಯಾಲಿಟಿ ಕುರಿತು ಏನೂ ಹೇಳಲು ಬಯಸುವುದಿಲ್ಲ. ಅದನ್ನು ಬೆಡ್‌ರೂಂನಲ್ಲಿಯೇ ಮುಚ್ಚಿಡಲು ಬಯಸುತ್ತಾರೆ. ತಮ್ಮ ಪ್ರಕಾರ ಇನ್ನೊಂದು ಗುಚ್ಚವೇ ಇದೆ, ಅಲ್ಲಿ ಕ್ವಿಯರ್ ಜನಗಳ ಬೇರೆ ಒಂದು ಲೋಕವೇ ಇದೆ. ಈ ಕುರಿತು ಅರವತ್ತೇಳು ಶಬ್ದಗಳು ಇವೆ ಎಂದು. ಅಂದರೆ ಇದೆಲ್ಲ ಸಹಜವಾಗಿಯೇ ಇದೆಯೇ?

**ದೇವದತ್ತ:** ಜೀವನದಲ್ಲಿ ಎಲ್ಲವೂ ಪ್ರಕೃತಿದತ್ತವಾಗಿಯೇ ಇದೆ. ಮನುಷ್ಯ ಪ್ರಕೃತಿಗೆ ಅಂಜುತ್ತಾನೆ. ಹಾಗಾಗಿ ನಾವು ಅದನ್ನು ಇರುವಂತೆಯೇ ಸ್ವೀಕರಿಸುವುದಿಲ್ಲ ಹಾಗೂ ಅದನ್ನು ಸಮಾಜದಲ್ಲಿ ಒಳಗೆ ಯಥಾವತ್ ಬಿಟ್ಟುಕೊಳ್ಳುವುದಿಲ್ಲ. ನಾವು ಯಾವಾಗಲೂ ಪ್ರಕೃತಿಯನ್ನು ದೇವಿ ರೂಪದಲ್ಲಿ ಕಂಡಿದ್ದೇವೆ, ಭಗವತೀ ರೂಪದಲ್ಲಿ ಕಂಡಿದ್ದೇವೆ, ಕಾಳಿ ಅಂದಿದ್ದೇವೆ. ಏಕೆಂದರೆ ಅವಳು ಭಯಾನಕವಾಗಿದ್ದಾಳೆ. ಆಕೆ ನಮ್ಮನ್ನು ಹೆದರಿಸುತ್ತಾಳೆ. ಆದ್ದರಿಂದ ಪ್ರಕೃತಿಯಿಂದ ತಪ್ಪಿಸಿಕೊಳ್ಳಲು ನಾವು ಸಂಸ್ಕೃತಿಯನ್ನು ರೂಪಿಸಿಕೊಂಡಿದ್ದೇವೆ. ಸಂಸ್ಕೃತಿಯ ಕೆಲಸವೇ ಮಿತಿಗಳನ್ನು ಹೇರುವುದಾಗಿದೆ. ತಾವು ಸ್ವೀಕರಿಸಲಾಗದ ವಿಷಯವನ್ನು ಹೊರಗೇ ಇಟ್ಟುಬಿಡುತ್ತೇವೆ. ಧರ್ಮ ಅಥವಾ ಅಧ್ಯಾತ್ಮದ ಕೆಲಸವೇನು?

ಅಧ್ಯಾತ್ಮದ ಕೆಲಸವೆಂದರೆ ನಾವು ಸಮಾಜದಿಂದ ದೂರ ಕಾಡಿನಲ್ಲಿದ್ದು ಪ್ರಕೃತಿಯನ್ನು ಅರ್ಥ ಮಾಡಿಕೊಳ್ಳಬೇಕು. ಆದ್ದರಿಂದ ಋಷಿಮುನಿಗಳು ಯಾವಾಗಲೂ ಊರಿನಿಂದ ದೂರ ಕಾಡಿನಲ್ಲಿ ಇರುತ್ತಿದ್ದರು. ಅವರೆಂದೂ ನಗರ ಗ್ರಾಮಗಳಲ್ಲಿ ಇರುತ್ತಿರಲಿಲ್ಲ. ಪ್ರಾಚೀನ ಕಾಲದಲ್ಲಿ ಎಲ್ಲ ಋಷಿಮುನಿಗಳು ಸದಾಕಾಲ ಕಾಡಿನಲ್ಲಿಯೇ ಇರುತ್ತಿದ್ದರು, ಅರಣ್ಯದಲ್ಲಿರುತ್ತಿದ್ದರು, ಘನಘೋರ ಪರ್ವತಗುಡ್ಡಗಳಲ್ಲಿ ಸಂಸ್ಕೃತಿಯಿಂದ ದೂರ ಇದ್ದು ಪ್ರಕೃತಿಯನ್ನು ಅರಿಯಲು ಪ್ರಯತ್ನಿಸುತ್ತಿದ್ದರು.

## ಪ್ರಕೃತಿಯಲ್ಲಿ ವೈವಿಧ್ಯ ಹಾಗೂ ಸಮಲೈಂಗಿಕತೆ

ಪ್ರಾಚೀನ ಕಾಲದಲ್ಲಿ ಋಷಿಮುನಿಗಳು ರಾಜರುಗಳಿಗೆ ತಿಳಿ ಹೇಳುತ್ತಿದ್ದರು. ನೋಡಿ ಪ್ರಕೃತಿಯಲ್ಲಿ ಇಷ್ಟೆಲ್ಲ ಘಟಿಸುತ್ತದೆ. ನಿಮಗೆ ಏನೆಂದೂ ಅರಿವು ಇಲ್ಲ. ಏಕೆಂದರೆ ನೀವು ನಗರಗಳಲ್ಲಿ ಇರುತ್ತೀರಿ. ಕಾರಣ ನೀವು ಪ್ರಕೃತಿಯನ್ನು ಲಕ್ಷ್ಯವಿಟ್ಟು ನೋಡಿಲ್ಲ, ಚೆನ್ನಾಗಿ ಅದರ ದರ್ಶನ ಪಡೆದಿಲ್ಲ. ಆಧುನಿಕ ಯುಗದ ವಿಜ್ಞಾನಿಗಳೂ ಆ ಋಷಿಗಳಂತೆಯೇ ಇದ್ದಾರೆ. ಅವರು ಈ ಪ್ರಕೃತಿಯ ದರ್ಶನ ಪಡೆಯುತ್ತಾರೆ ಹಾಗೂ ಅದರ ವೈವಿಧ್ಯಗಳನ್ನು ಪ್ರಶಂಸಿಸುತ್ತಾರೆ. ಸಮಾಜವು ಹೇಳುತ್ತದೆ ಒಬ್ಬ ಪುರುಷನ ವಿವಾಹವು ಕೇವಲ ಒಬ್ಬ ಸ್ತ್ರೀಯೊಡನೆ ಆಗುತ್ತದೆ ಎಂದು. ಆದರೆ ಪ್ರಕೃತಿಯಲ್ಲಿ ಅನೇಕ ರೀತಿಯ ಜೋಡಿಗಳಿವೆ.

ಉದಾಹರಣೆಗೆ ಒಂದು ಹಂಸಜೋಡಿಯು ಇಡೀ ಜೀವನ ಸಾಂಗತ್ಯದಲ್ಲಿ ಇರುತ್ತದೆ. ಆದರೆ ಮಂಗಗಳಲ್ಲಿ ಒಂದು ಗಂಡು ಮಂಗ ಅನೇಕ ಹೆಣ್ಣು ಮಂಗಗಳೊಡನೆ ಇರುತ್ತದೆ ಹಾಗೂ ಬೇರೊಂದು ಗಂಡು ಮಂಗಕ್ಕೆ ತನ್ನ ಹೆಣ್ಣು ಮಂಗಗಳ ಸುತ್ತ ಸುಳಿಯಲೂ ಬಿಡುವುದಿಲ್ಲ. ಪ್ರಾಚೀನ ಕಾಲದಲ್ಲಿ ರಾಜನ ಅರಮನೆಯಲ್ಲಿ ಅನೇಕ ರಾಣಿಯರಿರುತ್ತಿದ್ದರು. ಆನೆಗಳಲ್ಲಿ ಗಂಡು ಆನೆಯು ಗುಂಪಿನಿಂದ ಬೇರೆಯಾಗಿಯೇ ಇರುತ್ತದೆ. ಆದರೆ ಹೆಣ್ಣು ಆನೆಯು ತನ್ನ ಮರಿಗಳೊಂದಿಗೆ ಗುಂಪಿನಲ್ಲಿಯೇ ಇರುತ್ತದೆ. ಹೀಗೆ ಪ್ರಕೃತಿಯಲ್ಲಿ ವಿವಿಧ ರೀತಿಯ ಜೀವನ ಶೈಲಿಗಳಿವೆ.

ವಿಜ್ಞಾನಿಗಳು ಕಂಡುಕೊಂಡಿದ್ದೆಂದರೆ, ಯಾವುದನ್ನು ನಾವು ಸಲಿಂಗಕಾಮ ಎಂದು ಕರೆಯುತ್ತೇವೆಯೋ ಅದು ಪ್ರಾಣಿಗಳಲ್ಲಿ ಅಧಿಕವಾಗಿರುತ್ತದೆ. ಅನೇಕ ಮೀನುಗಳು ಹೀಗೂ ಇರುತ್ತವೆ, ಮೀನುಗಳ ಸಂಖ್ಯೆ ಹೆಚ್ಚಾದರೆ ಹೆಣ್ಣು ಮೀನು ಗಂಡಾಗುತ್ತದೆ, ಮೀನುಗಳ ಸಂಖ್ಯೆ ಮಿತಿಯಲ್ಲಿರಲಿ ಎಂಬ ಕಾರಣಕ್ಕೆ. ಮೀನುಗಳ ಸಂಖ್ಯೆ ಕಡಿಮೆ ಆದಾಗ ಅದು ಮತ್ತೆ ಹೆಣ್ಣಾಗುತ್ತದೆ, ತಿಂದರೆ ಮೀನುಗಳ ಸಂಖ್ಯೆ ಹೆಚ್ಚಾಗಲಿ ಎಂದು. ಹೀಗೆ ಪ್ರಕೃತಿಯಲ್ಲಿ ಅನೇಕ ರಸಪ್ರಸಂಗಗಳಿವೆ. ಅದು

ಸಮಾಜದಲ್ಲಿ ಕಂಡುಬರುವುದಿಲ್ಲ. ಕುದುರೆಗಳು, ನಾಯಿಗಳು, ಹುಲಿಗಳಲ್ಲಿ ಸಲಿಂಗಕಾಮಿಗಳನ್ನು ವಿಜ್ಞಾನಿಗಳು ಕಂಡಿದ್ದಾರೆ. ನಾವು ಕಂಡಿಲ್ಲ, ಏಕೆಂದರೆ ನಾವು ಕಾಡಿನಲ್ಲಿ ಇರುವುದಿಲ್ಲ. ಆದರೆ ಕಾಡಿನ ಅಧ್ಯಯನ ಮಾಡುವವರಿಗೆ ಇದು ತಿಳಿದಿದೆ.

ಸಮಾಜದಲ್ಲಿ ನಾವು ಹಲವು ಬಗೆಯ ಜನರನ್ನು ಸ್ವೀಕರಿಸಬೇಕಾಗಿದೆ ಎಂದು ವಿಜ್ಞಾನಿಗಳು ಹೇಳುತ್ತಿದ್ದಾರೆ. ಇದರಿಂದ ಭಯ ಬೀಳುವ ಅವಶ್ಯಕತೆ ಇಲ್ಲ. ಭಯ ಬೀಳುವವರು ಪ್ರಕೃತಿಯನ್ನು ಸ್ವೀಕರಿಸುವುದಿಲ್ಲ. ವೀರರು ಪ್ರಕೃತಿಯನ್ನು ಸ್ವೀಕರಿಸುತ್ತಾರೆ. ನಮ್ಮ ಶಾಸ್ತ್ರಗಳಲ್ಲಿ ನಾವು ಮಹಾವೀರರನ್ನು ಆರಾಧಿಸುತ್ತೇವೆ. ಅವರು ಪ್ರಕೃತಿಗೆ ಅಂಜುವುದಿಲ್ಲ. ಅವರು ವಿವಿಧ ರೀತಿಯ ಲೈಂಗಿಕತೆಯಿಂದ ಭಯ ಬೀಳುವುದಿಲ್ಲ. ನಮ್ಮ ಗೃಹಸ್ಥ ಜೀವನದಲ್ಲಿಯೂ ನಾವಿದನ್ನು ಸ್ವೀಕರಿಸಬೇಕಾಗಿದೆ. ನಮ್ಮ ಈ ಸಂವಾದ ಹಾಗೂ ಚರ್ಚೆಯ ಉದ್ದೇಶವೇ ವಿವಿಧ ಪ್ರಕಾರದ ಜನರನ್ನು ಹೇಗೆ ಎದುರುಗೊಳ್ಳಬೇಕು? ಅವರೊಡನೆ ಬೆರೆತು ಹೇಗೆ ಬದುಕಬೇಕು? ಎಂದು ಕಲಿಸುವುದೇ ಆಗಿದೆ. ನಮ್ಮಿಂದ ಭಿನ್ನವಾಗಿರುವವರೊಡನೆ ಹೇಗೆ ದಿನನಿತ್ಯ ಕೂಡಿ ಬಾಳಬೇಕೆಂದು ಕಲಿಯುವುದೇ ನಮ್ಮ ಉದ್ದೇಶವಾಗಿದೆ.

**ಅಂಕಿತ:** ದೇವದತ್ತ ಪಟ್ಟನಾಯಕರೇ, ಸಲಿಂಗ ಕಾಮವು ಪಾಪವಾಗಿದೆಯೇ?

**ದೇವದತ್ತ:** ಇಲ್ಲ, ಸಲಿಂಗ ಕಾಮವು ಪಾಪವಲ್ಲ. ಪಾಪ ಎಂಬ ಶಬ್ದವೇ ಜನರನ್ನು ನಿಯಂತ್ರಣದಲ್ಲಿಡಲು ಪ್ರಯೋಗವಾಗುತ್ತದೆ. ಆದರೆ ಜೀವನದಲ್ಲಿ ಯಾವುದು ಪಾಪ, ಯಾವುದು ಪುಣ್ಯ ಎಂದೇ ಗೊತ್ತಿಲ್ಲ. ದೇವರೂ ಅದನ್ನೇ ಹೇಳುತ್ತಾನೆ, ಫಲದ ಚಿಂತೆ ಮಾಡಬೇಡ. ಏಕೆಂದರೆ ನೀನು ಮಾಡಿದ ಕೆಲಸದ ಫಲ ಏನಾದೀತು? ಎಂದು ನಿನಗೇ ತಿಳಿದಿಲ್ಲ. ಕಾರಣ ಯಾವುದು ಪಾಪ ಯಾವುದು ಪುಣ್ಯ ಎಂದು ಮನುಷ್ಯ ಹೇಗೆ ಹೇಳಲು ಸಾಧ್ಯ?

**ಅಂಕಿತ:** ಜನರು ಸಲಿಂಗಕಾಮಿಗಳು ಹೇಗಾಗುತ್ತಾರೆ? ಹಿಂದೂ ಧರ್ಮ ಕುರಿತು ಮಾತಾಡುವುದಾದರೆ, ನನ್ನ ಪ್ರಶ್ನೆಗೆ ಎಂಥದೋ ಕಾರಣ ಇರಲೇಬೇಕಲ್ಲ. ನಾನು ಮತ್ತು ಇನ್ನೂ ಅನೇಕರು ಸಲಿಂಗಕಾಮಿಗಳು ಆದದ್ದಾದರೂ ಹೇಗೆ?

**ದೇವದತ್ತ:** ನಾವು ವಿಷಮಲೈಂಗಿಕರು ಹೇಗಾದೆವು ಎಂದೂ ಪ್ರಶ್ನೆ ಕೇಳಬಹುದು. ಈ ಪ್ರಕೃತಿಯ ಕುರಿತು ನಮಗೆ ಸಂಪೂರ್ಣ ಜ್ಞಾನವಿಲ್ಲ. ಸಲಿಂಗಕಾಮವು ಅನೇಕ ಪ್ರಾಣಿಗಳಲ್ಲಿ, ಪಶು–ಪಕ್ಷಿಗಳಲ್ಲಿ ಹಾಗೂ ಮೀನುಗಳಲ್ಲಿ ಕಾಣುತ್ತೇವೆ. ಏಕೆ? ಇದರ ಸ್ಪಷ್ಟ ಕಾರಣ ಯಾರಿಗೂ ತಿಳಿದಿಲ್ಲ. ಬಹುಶಃ ಜನಸಂಖ್ಯೆಯನ್ನು ನಿಯಂತ್ರಿಸಲು ಇರಬಹುದು. ನಪುಂಸಕತೆ ಜನಸಂಖ್ಯೆಯನ್ನು ನಿಯಂತ್ರಿಸಬಹುದು ಎಂದು

ಪ್ರಕೃತಿಗೆ ಅನಿಸಿರಬಹುದು. ಇದೊಂದು ಸಿದ್ಧಾಂತ. ಇಲ್ಲಿಯವರೆಗೆ ಇದಕ್ಕೆ ಪ್ರಮಾಣ ದೊರೆತಿಲ್ಲ. ಜನರು, ದೇವರೇ ಸಲಿಂಗಕಾಮ ಮಾಡಿರಬೇಕು, ಜನಸಂಖ್ಯೆ ನಿಯಂತ್ರಿಸಲು ಎಂದು ಇರಬೇಕು. ಈಗಾಗಲೇ ನಾನು ಮೀನುಗಳ ಉದಾಹರಣೆ ಕೊಟ್ಟಿಲ್ಲವೇ? ಹಾಗೆ.

ಹೀಗೆ ವಿವಿಧ ರೀತಿಯ ನಂಬಿಕೆಗಳಿವೆ. ಆದರೆ ಶಾಸ್ತ್ರಗಳಲ್ಲಿ ಇದಕ್ಕೆ ಕರ್ಮಫಲವೇ ಕಾರಣವಾಗಿದೆ. ಸನಾತನ ಧರ್ಮದ ಅನುಯಾಯಿಗಳು ಕರ್ಮದಲ್ಲಿ ನಂಬಿಕೆ ಉಳ್ಳವರು. ನಾವು ಹಿಂದಿನ ಜನ್ಮದಲ್ಲಿ ಏನಾಗಿದ್ದೇವೋ ಅದೆಲ್ಲ ಅದು ಅವರ ಕರ್ಮದ ಫಲವಾಗಿತ್ತು. ನಮ್ಮ ಈ ಶರೀರ ನಮ್ಮ ಆಯ್ಕೆ ಅಲ್ಲ, ನಮ್ಮ ಲೈಂಗಿಕ ಸ್ವಭಾವವೂ ನಮ್ಮ ಆಯ್ಕೆ ಅಲ್ಲ. ಈ ಸ್ವಭಾವವು ಬಂದು ಬಿಡುತ್ತದೆ. ನಾವು ಅದನ್ನು ಈ ಸಮಾಜದಲ್ಲಿ ನಿಭಾಯಿಸಬೇಕಾಗಿರುತ್ತದೆ. ಇದು ಕರ್ಮದ ಫಲ ಎಂದು ಹೇಳಬಹುದು. ಆದರೆ ಒಳ್ಳೆಯ ಕರ್ಮದ ಫಲವೋ ಅಥವಾ ಕೆಟ್ಟ ಕರ್ಮದ ಫಲವೋ? ಎಂದು ಯಾರಿಗೆ ತಿಳಿದಿದೆ?

ಕೆಲವು ವಿಷಮಲೈಂಗಿಕರಿಗೆ ಮಕ್ಕಳಾಗುವುದಿಲ್ಲ. ಇದಕ್ಕೆ ಏನು ಕಾರಣ? ವಿಷಮಲೈಂಗಿಕರಾದ ಕಾರಣ ಅವರಿಗೆ ಮಕ್ಕಳಾಗಬೇಕಿತ್ತು. ಆದರೆ ಕೆಲವು ಸಲ ಹಾಗಾಗುವುದಿಲ್ಲ. ನಾವು ಶಾಸ್ತ್ರಗಳಲ್ಲಿ ಓದಿರುತ್ತೇವೆ, ಹೀಗೆ ಒಬ್ಬ ರಾಜನಿದ್ದ ಅವನಿಗೆ ಮೂವರು ರಾಣಿಯರಿದ್ದರು. ಅವನಿಗೆ ಮಕ್ಕಳಾಗಲಿಲ್ಲ. ಏಕೆ? ನಮಗೆ ಗೊತ್ತಿಲ್ಲ. ಅಂತೆಯೇ ಋಷಿಗಳಿಗೆ ಗೃಹಸ್ಥ ಜೀವನದಲ್ಲಿ ಆಸಕ್ತಿ ಇರುವುದಿಲ್ಲ. ಇದು ಅವರ ಸ್ವಭಾವವಾಗಿತ್ತೇ? ಇದು ಅವರ ಇಷ್ಟವೆ? ಹೇಳಲಾಗದು. ಹೀಗೆಲ್ಲ ಕೆಲವು ಸಲ ನಮ್ಮ ಸ್ವಭಾವವಿರುತ್ತದೆ ಆದರೆ ನಾವು ಅದನ್ನು ಹತ್ತಿಕ್ಕುತ್ತೇವೆ. ಕೆಲವರು ಹೇಳುತ್ತಾರೆ, ಹಾಗೆ ಸ್ವಭಾವವನ್ನು ಹತ್ತಿಕ್ಕಬಾರದು. ಅದನ್ನು ಪ್ರಕಟಿಸಲು ಅವಕಾಶ ಕೊಡಬೇಕು, ಸಮಾಜವು ಒಪ್ಪಲಿ ಅಥವಾ ಬಿಡಲಿ ಸ್ವಭಾವದ ಪ್ರಕಟಣೆ ಆಗಬೇಕು.

ಈಗ ಮತ್ತೆ ಕರ್ಮದ ವಿಚಾರಕ್ಕೆ ಬರೋಣ. ಯಾವ ಮನೆಯಲ್ಲಿ ಅಧ್ಯಾತ್ಮ ಹಾಗೂ ಆತ್ಮಜ್ಞಾನದ ಅರಿವು ಇದೆಯೋ ಅಲ್ಲಿ ನಿಮಗೆ ಹೆಚ್ಚು ಸ್ವಭಾವ ಪ್ರಕಟನೆಗೆ ಅವಕಾಶವಿರುತ್ತದೆ. ಯಾವ ಮನೆಯಲ್ಲಿ ಆತ್ಮಜ್ಞಾನದ ಅರಿವಿನ ಕೊರತೆ ಇದೆಯೋ ಅಲ್ಲಿ ತಮಗೆ ಸ್ವಭಾವ ಪ್ರಕಟನೆಯ ಅವಕಾಶ ಕಡಿಮೆ ಇರಲಿದೆ. ತಮಗೆ ಬಂಧಿಸಿಡಲಾಗುತ್ತದೆ. ಅಲ್ಲಿ ತಮಗೆ ಉಸಿರು ಕಟ್ಟಿದಂತಾಗುತ್ತದೆ.

## ಸಮಲೈಂಗಿಕ ತಂತ್ರ ಪರಂಪರೆಯ ಅರಿವು

ಪುರುಷನ ವೀರ್ಯ ಹಾಗೂ ಸ್ತ್ರೀಯ ರಜಲಗಳ ಸಮ್ಮಿಲನದಿಂದ ಪುರುಷ ಅಥವಾ ಸ್ತ್ರೀಯ ಜನನವಾಗುತ್ತದೆ ಎನ್ನುವುದು ತಂತ್ರ ಪರಂಪರೆಯ

ನಂಬಿಕೆ. ಸ್ತ್ರೀತ್ವವು ಅಧಿಕವಾಗಿದ್ದರೂ ಸ್ತ್ರೀಯ ಜನನವಾಗುತ್ತದೆ ಅಥವಾ ಪುರುಷತ್ವ ಅಧಿಕವಾಗಿದ್ದರೆ ಪುರುಷನ ಜನನವಾಗುತ್ತದೆ. ಆದರೆ ಎರಡೂ ಸಮಪ್ರಮಾಣದಲ್ಲಿದ್ದರೆ ನಪುಂಸಕರ ಜನ್ಮವಾಗುತ್ತದೆ. ಹೀಗೊಂದು ನಂಬಿಕೆ ಅಷ್ಟೆ. ನೆನಪಿರಲಿ, ವೈಜ್ಞಾನಿಕವಾಗಿ ನೋಡಿದರೆ ಇದು ತಪ್ಪಾಗಿದೆ. ಅಂದರೆ ಪ್ರಾಚೀನ ಕಾಲದಲ್ಲಿ ಶಾಸ್ತ್ರಗಳಲ್ಲಿ ಹೀಗೇಕೆ ಬರೆಯಲಾಯಿತು?

## ಆಯುರ್ವೇದಾಚಾರ್ಯರ ಅನುಭವ

ಅವರು ತಮ್ಮ ವಾಸ್ತವಿಕ ಜೀವನದಲ್ಲಿ ಇಂತಹ ಜನರನ್ನು ಕಣ್ಣಾರೆ ಕಂಡಿದ್ದರು. ದಿನನಿತ್ಯದ ಬದುಕಿನಲ್ಲಿ ಅವರ ಸ್ವಭಾವ ನಡೆ ಗಮನಿಸಿದ್ದರು. ಅಂದಿನ ಆಯುರ್ವೇದಾಚಾರ್ಯರು ಹಾಗೂ ಚಿಕಿತ್ಸಕರ ಹತ್ತಿರ ಬರುವ ರೋಗಿಗಳೆಲ್ಲ ವಿಷಮಲೈಂಗಿಕರೇನಾಗಿರಲಿಲ್ಲ. ಖಂಡಿತವಾಗಿಯೂ ಅವರಲ್ಲಿ ಕೆಲವರು ನೂರಕ್ಕೆ ನೂರರಷ್ಟು ಸಮಲೈಂಗಿಕಗಳಾಗಿರುತ್ತಿದ್ದರು, ಕೆಲವರು ನೂರಕ್ಕೆ ನೂರರಷ್ಟು ವಿಷಮಲೈಂಗಿಕಗಳಾಗಿ ಇರುತ್ತಿದ್ದರು. ಆದರೆ ಹೆಚ್ಚಿನವರು ಈ ಈರ್ವರ ಮಧ್ಯದಲ್ಲಿದ್ದವರಿರುತ್ತಿದ್ದರು.

ಜೈನ ಪರಂಪರೆಯಂತೆ ಭೌತಿಕ ಶರೀರ, ಭಾವ ಶರೀರ ಮತ್ತು ವ್ಯಕ್ತ (ಸಮಾಜ ಸ್ವೀಕೃತ) ಶರೀರಗಳಲ್ಲಿ ಬಹಳ ವ್ಯತ್ಯಾಸಗಳಿವೆ. ಅವರು ಪ್ರತ್ಯಕ್ಷವಾಗಿ ಕಂಡದ್ದು, ಅನುಭವಿಸಿದ್ದು, ಅದರ ಆಧಾರದಲ್ಲಿ ಶಾಸ್ತ್ರ ರಚಿಸಿದರು. ಅವರು ಅನೇಕ ಕಾರಣಗಳನ್ನು ಗುರುತಿಸಿದರೂ ಅಂತಿಮವಾಗಿ ಬರೆದದ್ದೆಂದರೆ ಇದೆಲ್ಲ ಅಷ್ಟು ಸರಳ ವಿಚಾರವಲ್ಲ ಹಾಗೂ ಈ ಕುರಿತು ನಮಗೆ ಪರಿಪೂರ್ಣ ತಿಳಿವಳಿಕೆ ಇಲ್ಲ.

# 4

# ಹಿಂದೂ ಧರ್ಮ ಹಾಗೂ ಸಮಲೈಂಗಿಕತೆ

ಹಿಂದೂ ಧರ್ಮದಲ್ಲಿ ಸಮಲೈಂಗಿಕತೆ ಕಡೆಗೆ ಬೆರಳು ತೋರುವ ಅನೇಕ ಕಥೆಗಳಿವೆ. ಅವು ಪುರಾಣಗಳಾಗಿರಬಹುದು, ರಾಮಾಯಣ ಹಾಗೂ ಮಹಾಭಾರತಗಳಾಗಿರಬಹುದು ಅಥವಾ ದೇವೀ ಪರಂಪರೆಯಾಗಿರಬಹುದು.

## ಭಾಗವತ ಪುರಾಣದ ಕಥೆಗಳು

### ಹಿರಣ್ಯಕಶ್ಯಪನ ಕಥೆ

ಭಾಗವತ ಪುರಾಣದಲ್ಲಿ ಅಸುರರಾಜ ಹಿರಣ್ಯಕಶ್ಯಪನ ಕಥೆ ಇದೆ. ಹಿರಣ್ಯಕಶ್ಯಪನ ಸಹೋದರ ಹಿರಣ್ಯಾಕ್ಷನು ಭಗವಾನ್ ವಿಷ್ಣುವಿನ ವರಾಹ ಅವತಾರದಿಂದ ಕೊಲ್ಲಲ್ಪಟ್ಟಿದ್ದನು. ಕಾರಣ ಹಿರಣ್ಯಕಶ್ಯಪ ವಿಷ್ಣುವನ್ನು ದ್ವೇಷಿಸುತ್ತಿದ್ದನು ಹಾಗೂ ಅವನಿಗೆ ಕೊಲೆ ಮಾಡಲು ಹೊಂಚು

ಹಾಕುತ್ತಿದ್ದನು. ಅವನು ಬ್ರಹ್ಮನಿಂದ ವರ ಪಡೆದದ್ದೆಂದರೆ; ಅವನನ್ನು ಯಾವುದೇ ಪ್ರಾಣಿ ಅಥವಾ ಮನುಷ್ಯನು ಸಾಯಿಸಲಾರ, ಹಗಲು ಅಥವಾ ರಾತ್ರಿ ಸಾಯಿಸಲಾಗದು. ಭೂಮಿ ಅಥವಾ ಆಕಾಶದಲ್ಲಿ ಸಾಯಿಸಲಾಗದು, ಮನೆಯ ಒಳಗೆ ಅಥವಾ ಹೊರಗೆ ಸಾಯಿಸಲಾಗದು. ಈ ವರ ಪಡೆದ ಅವನು ತನಗೆ ಈಗ ಸಾವೇ ಇಲ್ಲ ಎಂದು ಭಾವಿಸಿದನು.

ಅವನ ಪುತ್ರ ಪ್ರಹ್ಲಾದ ವಿಷ್ಣುವಿನ ಭಕ್ತನಾಗಿದ್ದ. ಮಗನ ಮೇಲೆ ಸಿಟ್ಟಾದ ಹಿರಣ್ಯಕಶ್ಯಪನು ಅವನ ಕೊಲೆ ಮಾಡಲು ಪ್ರಯತ್ನಿಸುತ್ತಾನೆ. ಆದರೆ ಪ್ರತಿಸಲ ವಿಷ್ಣು ಅವನ ರಕ್ಷಣೆ ಮಾಡುತ್ತಿರುತ್ತಾನೆ. ಅಂತಿಮವಾಗಿ ಭಗವಾನ್ ವಿಷ್ಣು ನರಸಿಂಹನ ಅವತಾರ ತಳೆದು ಹಿರಣ್ಯಕಶ್ಯಪನ ಕೊಲೆ ಮಾಡಿದನು. ಈ ಅರ್ಥದಲ್ಲಿ ಅವನು ಪ್ರಾಣಿಯೂ ಆಗಿದ್ದ, ಮನುಷ್ಯನೂ ಆಗಿದ್ದ. ಅವನು ಸಾಯಂಕಾಲ ಅಂದರೆ ಹಗಲೂ ಅಲ್ಲದ ರಾತ್ರಿಯೂ ಅಲ್ಲದ ಸಮಯದಲ್ಲಿ ಕೊಲೆಯಾದನು. ಅವನು ಹಿರಣ್ಯಕಶ್ಯಪನನ್ನು ತನ್ನ ತೊಡೆಯ ಮೇಲೆ ಇಟ್ಟು ಹೊಸ್ತಿಲ ಮೇಲೆ ಕೂತು, ಅರ್ಥಾತ್ ಭೂಮಿ ಮೇಲೆಯೂ ಅಲ್ಲದ ಆಕಾಶದಲ್ಲಿಯೂ ಅಲ್ಲದ, ಮನೆಯ ಒಳಗೆ ಅಥವಾ ಹೊರಗೆ ಅಲ್ಲದಲ್ಲಿ ಕೊಲೆ ಮಾಡಿದನು. ಹೀಗೆ ಯಾವುದರ ಕಲ್ಪನೆಯನ್ನು ಮನುಷ್ಯ ಮಾಡಲಾರನೋ ಅದನ್ನು ಭಗವಂತ ಮಾಡಿ ತೋರಿಸಿದನು.

ಜನರು ಈ ಜಗತ್ತಿನಲ್ಲಿ ಕೇವಲ ಸ್ತ್ರೀ ಹಾಗೂ ಪುರುಷರು ಮಾತ್ರ ಇದ್ದಾರೆ ಎನ್ನುತ್ತಾರೆ. ಆದರೆ ದೇವರು ಬಂದು, ನಾನು ಜಗತ್ತಿನಲ್ಲಿ ಪುರುಷ ಅಥವಾ ಸ್ತ್ರೀ ಅಲ್ಲದ ಜೀವವನ್ನು ಸೃಷ್ಟಿಸಿ ತೋರಿಸುತ್ತೇನೆ ಎನ್ನುತ್ತಾನೆ ಅಥವಾ ಸ್ತ್ರೀ ಪುರುಷ ಇಬ್ಬರೂ ಆಗಿರುವವರನ್ನು ರೂಪಿಸುತ್ತೇನೆ ಎನ್ನುತ್ತಾನೆ. ಹೀಗೆ ನಪುಂಸಕ ವರ್ಗದ ನಿರ್ಮಾಣವಾಯಿತು. ನಾನು ಯಾವಾಗಲೂ ಹೇಳುತ್ತಿರುತ್ತೇನೆ, ತೃತೀಯ ಪ್ರಕೃತಿಯ ಇಷ್ಟ ದೇವರು ನರಸಿಂಹ ಅವತಾರವೇ ಆಗಿದೆ. ಏಕೆಂದರೆ ನರಸಿಂಹನ ಪರಿಕಲ್ಪನೆಯಲ್ಲಿ ನಮಗೆ ಪ್ರಕೃತಿಯ ಅಸೀಮತೆ ಕಂಡುಬರುತ್ತದೆ. ಅದು ಸೀಮಿತ ವಿಚಾರ ಹಾಗೂ ಪರಿಕಲ್ಪನೆಗಳಿಗಿಂತ ಎಷ್ಟೋ ಮುಂದುವರಿದದ್ದಾಗಿರುತ್ತದೆ. ಈ ಬಂಧನ, ಸಂಕೀರ್ಣತೆಗಳು ನಮ್ಮ ಮನಸ್ಸಿನಲ್ಲಿ ಮಾತ್ರ ಇವೆ, ಪ್ರಕೃತಿಯಲ್ಲಿ ಇಲ್ಲ...

**ಅಂಕಿತ:** ಈ ಬಂಧನಗಳನ್ನು ಹರಿದು ಹಾಕಬೇಕು.

**ದೇವದತ್ತ:** ನಾನು ಭಕ್ತಿ ಪರಂಪರೆಯವನು, ಭಕ್ತಿ ಪರಂಪರೆಯಲ್ಲಿ ನಮಗೆ ವೃಂದಾವನದ ಮಹತ್ವ ಹಿರಿದಾಗಿದೆ. ವೃಂದಾವನದಲ್ಲಿ ಒಂದು ಮಂದಿರವಿದೆ. ಅಲ್ಲಿ ಜನರ ದೊಡ್ಡ ಗುಂಪು ಇರುತ್ತದೆ. ಬಹಳ ಜನ ಭಕ್ತರು ದರ್ಶನ ಪಡೆಯುತ್ತಾರೆ. ಅದು ಶಿವನ ದೇವಾಲಯವಾಗಿದೆ.

ಆ ದೇವಾಲಯದ ವಿಶೇಷತೆ ಎಂದರೆ ಅಲ್ಲಿ ಶಿವನನ್ನು ಗೋಪಿಯ ರೂಪದಲ್ಲಿ ಆರಾಧಿಸಲಾಗುತ್ತದೆ. ಗೋಪಿಯಂತೆ ಅವನನ್ನು ಶೃಂಗಾರ ಮಾಡಲಾಗುತ್ತದೆ. ಅವನ ಹೆಸರು ಗೋಪೇಶ್ವರ ಮಹಾದೇವ. ಇದು ಹೀಗೇಕೆ? ಬನ್ನಿ ತಿಳಿಯೋಣ.

## ಗೋಪೇಶ್ವರ ಮಹಾದೇವನ ಕಥೆ

**ದೇವದತ್ತ:** ಮಧುವನದಲ್ಲಿ ರಾಸಲೀಲೆ ನಡೆಯುವಾಗ ಅಲ್ಲಿ ಕೃಷ್ಣನೊಬ್ಬನೇ ಪುರುಷನಾಗಿದ್ದ ಎಂದು ಹೇಳಲಾಗುತ್ತದೆ. ಅವನು ಪುರುಷೋತ್ತಮನಾಗಿದ್ದ, ಉಳಿದವರೆಲ್ಲ ಸ್ತ್ರೀರೂಪ ಧರಿಸಿರುತ್ತಿದ್ದರು. ಎಷ್ಟೋ ದೇವಾನುದೇವತೆಗಳಿಗೆ ರಾಸಲೀಲೆಯಲ್ಲಿ ಭಾಗವಹಿಸುವ ಮನಸಾಗುತ್ತದೆ. ಅವರು ಮಧುವನಕ್ಕೆ ಹೋದಾಗ ಅವರಿಗೆಲ್ಲ ಯಮುನಾ ನದಿಯಲ್ಲಿ ಸ್ನಾನ ಮಾಡಿ ಬರಲು ಹೇಳಲಾಗುತ್ತಿತ್ತು. ಯಮುನಾ ನದಿಯಲ್ಲಿ ಮುಳುಗಿ ಎದ್ದ ಕೂಡಲೇ ಅವರ ಭೌತಿಕ ಶರೀರವು ಬದಲಾವಣೆ ಪಡೆದು ಪುರುಷನ ಶರೀರ ಸ್ತ್ರೀಯರದ್ದಾಗಿರುತ್ತಿತ್ತು.

ಶಿವನಿಗೂ ರಾಸಲೀಲೆಯಲ್ಲಿ ಭಾಗವಹಿಸುವ ಮನಸ್ಸಾಗಿ ಯಮುನಾ ನದಿಯಲ್ಲಿ ಮುಳುಗಿ ಏಳುತ್ತಾನೆ ಹಾಗೂ ಸ್ತ್ರೀ ಶರೀರ ಪಡೆಯುತ್ತಾನೆ. ಅವನಿಗೆ ಗೋಪೇಶ್ವರ ಮಹಾದೇವ ಎಂದು ಕರೆಯಲಾಗುತ್ತದೆ. ಈ ರೂಪದಲ್ಲಿ ಅವನು ಶ್ರೀಕೃಷ್ಣನೊಡನೆ ರಾಸಲೀಲೆ ಆಚರಿಸುತ್ತಾನೆ. ಇದು ನೋಡಿ ರಾಧೆಯು ಸಿಟ್ಟಾಗುತ್ತಾಳೆ, ಆಕೆಗೆ ಕೆಟ್ಟದೆನಿಸುತ್ತದೆ. ಆಗ ಕೃಷ್ಣ ರಾಧೆಗೆ ತಿಳಿಹೇಳುತ್ತಾನೆ. ಯಾರಿಗೆ ನೃತ್ಯವನ್ನು ಕಲಿಸಿ ನಟವರನ್ನಾಗಿ ಮಾಡಿದ ಸ್ವಯಂ ಶಿವ ಅಥವಾ ನಟರಾಜ ನನ್ನೊಡನೆ ನೃತ್ಯ ಮಾಡುತ್ತಿದ್ದಾನೆ. ಆ ಮಧುವನವು ರಾಧಾ ಭೂಮಿಯಲ್ಲವೆ? ಕಾರಣ ರಾಧೆಗೆ ಗೌರವ ತೋರಲು ಶಿವನು ಕೂಡ ಸ್ತ್ರೀರೂಪ ಧರಿಸಿದ್ದಾನೆ. ಇದನ್ನು ಕೇಳಿ ರಾಧೆ ಖುಷಿಪಟ್ಟಳು! ಅಂದಿನಿಂದ ಶಿವನಿಗೆ ವೃಂದಾವನದಲ್ಲಿ ಗೋಪೇಶ್ವರ ಮಹಾದೇವನ ರೂಪದಲ್ಲಿ ಆರಾಧಿಸಲಾಗುತ್ತದೆ.

ಇದರ ಅರ್ಥ ಏನೆಂದರೆ ನಮ್ಮ ದೇವತೆಗಳೂ ಕೂಡ ಈ ಭೌತಿಕ ಶರೀರಕ್ಕೆ ಅಷ್ಟು ಮಹತ್ವ ಕೊಡುತ್ತಿರಲಿಲ್ಲ. ಭಗವದ್ಗೀತೆಯ ಒಂದು ಪ್ರಸಿದ್ಧ ಹೇಳಿಕೆಯಂತೆ, ನಮ್ಮ ಜನ್ಮ ಆದಾಗ ನಾವು ನಮ್ಮ ಶರೀರವನ್ನು ಹೊಸ ಬಟ್ಟೆಯಂತೆ ಧರಿಸುತ್ತೇವೆ, ಸಾವಿನ ಸಮಯದಲ್ಲಿ ಅದನ್ನು ಹಳೆ ಬಟ್ಟೆಯಂತೆ ಕಳಚುತ್ತೇವೆ. ಕೆಲವು ಸಲ ಶರೀರವು ಪುರುಷನದ್ದಾಗಿರುತ್ತದೆ, ಕೆಲವು ಸಲ ಸ್ತ್ರೀಯದ್ದಾಗಿರುತ್ತದೆ. ಹೀಗೆ ದೇವರು ನಮ್ಮ ಭೌತಿಕ ಶರೀರವನ್ನು ಬದಲಾಯಿಸುತ್ತಿರುತ್ತಾನೆ. ಶಿವನೂ ವೃಂದಾವನದಲ್ಲಿ ಬಂದು ತನ್ನ ಭೌತಿಕ ಶರೀರವನ್ನು ಬದಲಾಯಿಸಿ ಸ್ತ್ರೀರೂಪ ಧರಿಸುವನು ಮತ್ತು ಗೋಪೇಶ್ವರ ಮಹಾದೇವ ಆಗುವನು. ಅದರಂತೆಯೇ ವಿಷ್ಣು ಭಗವಾನ್ ಕೂಡಾ ಅಮೃತಮಂಥನ ಸಮಯದಲ್ಲಿ ಮೋಹಿನಿಯ ರೂಪ ಧರಿಸಿದ್ದನು.

# ಮಹಾಭಾರತದ ಕಥೆಗಳು

## ಶಿಖಂಡಿಯ ಕಥೆ

**ದೇವದತ್ತ:** ಮಹಾಭಾರತದಲ್ಲಿನ ಶಿಖಂಡಿಯ ಕಥೆಯು ಸಮಲೈಂಗಿಕತೆಯ ಕುರಿತಂತೆ ಪ್ರಸಿದ್ಧ ಕಥೆಯಾಗಿದೆ ಎನ್ನುವುದರಲ್ಲಿ ಯಾವ ಅನುಮಾನವೂ ಇಲ್ಲ. ಪಾಂಚಾಲ ನರೇಶ ದ್ರುಪದನಿಗೆ ಒಬ್ಬ ಪುತ್ರನ ಬಯಕೆ ಇತ್ತು. ಆದರೆ ಅವನ ಮನೆ ಪುತ್ರಿಯಿಂದ ತುಂಬಿಬಂತು. ಅವನು ಪುತ್ರಿಯನ್ನೇ ಪುತ್ರನಂತೆ ಬೆಳೆಸಿದ ಎಂದು ಹೇಳಲಾಗುತ್ತದೆ. ಹೀಗೆ ಯಾವ ಬಾಲಕಿಯ ಭೌತಿಕ ಶರೀರವು ಸ್ತ್ರೀಯದಾಗಿತ್ತೋ ಅದರ ವಾಸ್ತವಿಕ ಹಾಗೂ ಸಾಮಾಜಿಕ ಒಪ್ಪಿತ ಶರೀರವು ಬಾಲಕನದಾಗಿತ್ತು. ಸಮಸ್ಯೆ ಬಂದುದು ಯಾವಾಗ ಎಂದರೆ, ಶಿಖಂಡಿಯ ವಿವಾಹವಾಗಿ ಶಿಖಂಡಿಯು ತನ್ನ ಪತ್ನಿಯ ಮನೆಗೆ ಹೋದಾಗ ಶಿಖಂಡಿಯ ಶರೀರವು ಸ್ತ್ರೀಯದಾಗಿದ್ದದ್ದನ್ನು ಪತ್ನಿ ನೋಡಿದಳು. ಕಾರಣ ಆಕೆ ಈ ವಿವಾಹ ಒಪ್ಪಲಿಲ್ಲ. ಈ ಮೋಸದ ಪ್ರತಿಕ್ರಿಯೆಯಾಗಿ ತನ್ನ ತಂದೆ ದಶರ್ಣದ ರಾಜ ಶಿರಣ್ಯವರ್ಣನು ಸೇನೆ ಸಹಿತ ದ್ರುಪದನ ರಾಜ್ಯದ ಮೇಲೆ ಆಕ್ರಮಣ ಮಾಡಲು ಸಿದ್ಧತೆ ನಡೆಸಿದನು. ದ್ರುಪದನು ಹಿರಣ್ಯವರ್ಣನಿಗೆ ಹೇಳುತ್ತಾನೆ, ವಾಸ್ತವದಲ್ಲಿ ಶಿಖಂಡಿ ಪುರುಷನೇ ಆಗಿದ್ದಾನೆ ಎಂದು. ಹಿರಣ್ಯವರ್ಣ ಇದಕ್ಕೆ ಸಾಕ್ಷ್ಯ ಕೇಳುತ್ತಾನೆ. ಆಗ ಶಿಖಂಡಿಯು ಧರ್ಮಸಂಕಟ ಎದುರಿಸುತ್ತಾನೆ. ಅವನ ಸಂಕಟವು ಸ್ಥೂನ ಎಂಬ ಯಕ್ಷನ ಕೃಪೆಯಿಂದ ದೂರವಾಯಿತು. ಸ್ಥೂನನಿಂದ ಶಿಖಂಡಿಗೆ ಒಂದು ರಾತ್ರಿಗಾಗಿ ಪುರುಷನ ಲಿಂಗ ದೊರೆಯುತ್ತದೆ. ಅವನು ಅಂದು ಪತಿ ಎನಿಸಿಕೊಳ್ಳುವ ಕರ್ತವ್ಯ ಪೂರ್ಣಗೊಳಿಸಿದ. ಮಾರನೇ ದಿವಸ ತನ್ನ ಲಿಂಗ ಹಿಂತಿರುಗಿಸಲು ಹೋದಾಗ, ಯಕ್ಷರ ರಾಜ ಕುಬೇರ ಆಕೆ ಸತ್ಯನಿಷ್ಠೆ ಕಂಡು ಸಂತುಷ್ಟನಾಗಿ ಆ ಲಿಂಗವು ಶಿಖಂಡಿಗೆ ಜೀವನವಿಡೀ ಬದುಕಿಗಾಗಿ ಕೊಟ್ಟನು. ಹೀಗೆ ಶಿಖಂಡಿಯ ಜನ್ಮವು ಸ್ತ್ರೀಯಾಗಿ ಆಯಿತಾದರೂ, ಪುರುಷನ ಶರೀರವು ಅವನಿಗೆ ಪ್ರಾಪ್ತವಾಯಿತು.

ಮಹಾಭಾರತ ಯುದ್ಧ ಪ್ರಾರಂಭವಾದಾಗ ಒಂಭತ್ತು ದಿನಗಳವರೆಗೆ ಪಾಂಡವ ಸೇನೆಗೆ ಯಶಸ್ಸು ಸಿಗಲಿಲ್ಲವಂತೆ. ಏಕೆಂದರೆ ಭೀಷ್ಮ ಪಿತಾಮಹ ಕೌರವ ಸೇನೆಗೆ ಸೇನಾಪತಿ ಆಗಿದ್ದ. ಆತ ಪಾಂಡವರಿಗೆ ಜಯಿಸಲು ಬಿಡಲಿಲ್ಲ. ಭೀಷ್ಮ ಪಿತಾಮಹನನ್ನು ಸೋಲಿಸ ಬೇಕಾದರೆ ಮೋಸ ಮಾಡುವುದು ಅನಿವಾರ್ಯ ಎಂದು ಆಗ ಕೃಷ್ಣ ಹೇಳುತ್ತಾನೆ. ಅವರ ಮುಂದೆ ಪುರುಷನಿಗೆ ತಂದು ನಿಲ್ಲಿಸಬೇಕು, ಅವನ ಕಂಡು ಭೀಷ್ಮರು ಧನಸ್ಸನ್ನು ಕೆಳಗೆ ಇಟ್ಟು

ಬಿಡುವಂತಾಗಬೇಕು. ಹೀಗೆ ಶ್ರೀಕೃಷ್ಣ ಶಿಖಂಡಿಗೆ ಭೀಷ್ಮರ ಎದುರು ತಂದು ನಿಲ್ಲಿಸುತ್ತಾನೆ. ಶಿಖಂಡಿಯು ಸ್ತ್ರೀಯಾಗಿದ್ದಾಳೆ ಎಂಬುದು ಭೀಷ್ಮರ ನಂಬಿಕೆಯಾಗಿತ್ತು. ಏಕೆಂದರೆ ಆಕೆಯ ಜನ್ಮವೇ ಸ್ತ್ರೀಯ ದೇಹದೊಡನೆ ಆಗಿದೆ. ಕಾರಣ ಭೀಷ್ಮ ಶಿಖಂಡಿಯ ಎದುರು ಶಸ್ತ್ರ ಚಲಾಯಿಸಲು ಒಪ್ಪಲಿಲ್ಲ. ಮತ್ತೊಂದೆಡೆ ಕೃಷ್ಣ ಹೇಳುತ್ತಾನೆ, ಯಕ್ಷನ ಕೃಪೆಯಿಂದ ಈಗಲೂ ಶಿಖಂಡಿಯ ಶರೀರವು ಪುರುಷನದಾಗಿದೆ. ಕಾರಣ ತಾವು ಈತನ ಸದ್ಯದ ಲಿಂಗವನ್ನು ಒಪ್ಪಲೇಬೇಕಾಗಿದೆ.

ಭೀಷ್ಮರು ಪಾರಂಪರಿಕ ವಿಚಾರದವರಾದ್ದರಿಂದ ಅವರು ಕೃಷ್ಣನ ಮಾತು ಒಪ್ಪಲಿಲ್ಲ ಹಾಗೂ ತಮ್ಮ ಧನಸ್ಸನ್ನು ಕೆಳಗೆ ಇಟ್ಟುಬಿಟ್ಟರು. ಇದರ ಲಾಭ ಪಡೆದು ಅರ್ಜುನನು ಅವರ ಮೇಲೆ ಬಾಣಗಳ ಮಳೆಗರೆದು ಗಾಯಗೊಳಿಸಿದ. ಇದರಿಂದಾಗಿ ಹದಿನೆಂಟು ದಿನಗಳವರೆಗೆ ನಡೆದ ಮಹಾಭಾರತದ ಯುದ್ಧದ ನಡುವಿನ ಹಂತದಲ್ಲಿ ಶಿಖಂಡಿಯ ಕಾರಣದಿಂದಾಗಿ ಯುದ್ಧವು ನಿರ್ಣಾಯಕ ಘಟ್ಟ ತಲುಪುತ್ತದೆ. ಹೀಗೆ ಮಹಾಭಾರತ ಯುದ್ಧದಲ್ಲಿ ಶಿಖಂಡಿಯ ಪಾತ್ರ ಬಹಳ ಮಹತ್ವದ್ದಾಗಿತ್ತು.

ಯಾವುದೇ ನಪುಂಸಕನಿಗೆ ಪುರುಷ ಎಂದು ಕರೆಯಬೇಕೋ? ಅಥವಾ ಸ್ತ್ರೀ ಎಂದು ಕರೆಯಬೇಕೋ? ಅವನ ಲಿಂಗ ಯಾವುದು? ಅವನ ಭೌತಿಕ ಶರೀರ ಗಮನಿಸಬೇಕೋ? ಅವನ ಭಾವ ಶರೀರ ಗಮನಿಸಬೇಕೋ? ಅಥವಾ ಪ್ರಕಟಿತ ಶರೀರ ಗಮನಿಸಬೇಕೋ? ಎಂದು ನಿರ್ಣಯ ಯಾರು ಮಾಡಬೇಕು? ಭೀಷ್ಮರು ಪಾರಂಪರಿಕ ನಂಬಿಕೆಯವರಾಗಿದ್ದರಿಂದ ಅವರು ಈಕೆಯ ಜನ್ಮವು ಸ್ತ್ರೀ ರೂಪದಲ್ಲಿ ಆಗಿದೆಯಾದ್ದರಿಂದ ಆಕೆಯನ್ನು ಸ್ತ್ರೀ ಎಂದೇ ಭಾವಿಸಬೇಕು ಎನ್ನುತ್ತಾರೆ.

ಇತ್ತೀಚೆಗೆ ನಾವು ಶಿಖಂಡಿಯಂತಹ ವ್ಯಕ್ತಿಗೆ ಟ್ರಾನ್ಸ್‌ಜೆಂಡರ್ ಎಂದು ಕರೆಯುತ್ತಿದ್ದೇವೆ. ಫೀಮೇಲ್ ಟು ಮೇಲ್ ಟ್ರಾನ್ಸ್‌ಜೆಂಡರ್-ಹುಟ್ಟಿನಿಂದ ಸ್ತ್ರೀ ಶರೀರವಿದೆ, ಆದರೆ ದೊಡ್ಡವಳಾದಂತೆ ಪುರುಷನ ಶರೀರ ಸ್ವೀಕರಿಸುತ್ತಾಳೆ. ಇತ್ತೀಚಿನ ದಿನಗಳಲ್ಲಿ ಶಸ್ತ್ರಚಿಕಿತ್ಸೆಯ ಮೂಲಕ ಜನ ಶರೀರ ಬದಲಿಸಿಕೊಳ್ಳುತ್ತಿದ್ದಾರೆ. ಟ್ರಾನ್ಸ್‌ಜೆಂಡರ್‌ಗಳು ಹೇಳುತ್ತಾರೆ, ನನಗೆ ದಕ್ಕಿದ ಈ ಶರೀರವು ನನ್ನದಲ್ಲ. ಅವರು ತಮ್ಮ ಭೌತಿಕ ಶರೀರ ಒಪ್ಪಿಕೊಳ್ಳುವುದಿಲ್ಲ ಹಾಗೂ ಅದನ್ನು ಬದಲಾಯಿಸಿಕೊಳ್ಳಲು ಬಯಸುತ್ತಾರೆ. ವೈದ್ಯ ಶಸ್ತ್ರಚಿಕಿತ್ಸಕರು ಶಸ್ತ್ರಚಿಕಿತ್ಸೆಯ ಮೂಲಕ ಪುರುಷನನ್ನು ಸ್ತ್ರೀಯಾಗಿ ಹಾಗೂ ಸ್ತ್ರೀಯನ್ನು ಪುರುಷನನ್ನಾಗಿ ರೂಪಿಸುತ್ತಿದ್ದಾರೆ. ಟ್ರಾನ್ಸ್‌ಜೆಂಡರ್‌ನ ಪ್ರಸ್ತಾಪ ನಾವು ಮಹಾಭಾರತದಲ್ಲಿ ಕಾಣುತ್ತೇವೆ.

ವ್ಯಾಸ ಅವರ ಶ್ರೀಮುಖದಿಂದ ತೋರಿದ ಈ ಶಿಖಂಡಿಯ ಕಥೆಯು ಬಹಳ ವಿಚಿತ್ರವಾಗಿದೆ. ಅವರೇಕೆ ಈ ಕಥೆ ಹೇಳಿದರು? ಈ ಕಥೆ ಪ್ರಸ್ತಾಪಿಸುವ ಉದ್ದೇಶ ಹಾಗೂ ಅವಶ್ಯಕತೆ ಏನಿತ್ತು? ವ್ಯಾಸರು ಹೇಳುತ್ತಾರೆ, ಜಗತ್ತಿನಲ್ಲಿ ಇರುವ ಸಮಗ್ರವೂ ಮಹಾಭಾರತದಲ್ಲಿ ಇದೆ ಎಂದು. ಅಂದರೆ ಇದು ಸಮಲೈಂಗಿಕತೆಯ ಕಥೆಯಾಗಿದೆಯೋ? ವಿಷಮಲೈಂಗಿಕತೆಯ ಕಥೆಯೋ? ಅಥವಾ ತೃತೀಯ ಪ್ರಕೃತಿಯ ಕಥೆಯಾಗಿದೆಯೋ? ಅಥವಾ ಇದೊಂದು ನಪುಂಸಕನ ಕಥೆಯಾಗಿದೆಯೋ? ಈ ಕಥೆಯಿಂದ ತಿಳಿದುಬರುವುದೆಂದರೆ, ಶಾಸ್ತ್ರಗಳಲ್ಲಿಯೂ ಈ ಎಲ್ಲ ವಿಷಯಗಳ ವರ್ಣನೆ ಇದೆ.

## ಬುಧಗ್ರಹ ಮತ್ತು ಸದ್ಯುಮ್ನ/ಈಳಾರ ಕಥೆ

**ದೇವದತ್ತ:** ಮಹಾಭಾರತದಲ್ಲಿ ಚಂದ್ರವಂಶ ರಾಜರ ಕಥೆಗಳು ಇವೆ. ಚಂದ್ರನು ಬೃಹಸ್ಪತಿ ಋಷಿ ಪತ್ನಿ ತಾರಾಳನ್ನು ಪ್ರೇಮಿಸುತ್ತಿದ್ದನಂತೆ. ಒಂದು ದಿವಸ ತಾರಾ ಚಂದ್ರನೊಡನೆ ಓಡಿ ಹೋದಳು. ಅವನಿಂದ ಗರ್ಭವತಿಯಾಗಿ ಹಿಂತಿರುಗಿದಳು. ಬೃಹಸ್ಪತಿ 'ಈ ಮಗುವಿನ ತಂದೆ ಯಾರು?' ಎಂದು ಕೇಳಿದಾಗ ತಾರಾ ಉತ್ತರಿಸಲಿಲ್ಲ. ಆದರೆ ಗರ್ಭದಲ್ಲಿದ್ದ ಮಗು ಚಂದ್ರನ ಹೆಸರು ಹೇಳಿತು. ಸಿಟ್ಟಾದ ಬೃಹಸ್ಪತಿ ಮಗುವಿಗೆ, ನೀನು ನಪುಂಸಕನಾಗಿಯೇ ಹುಟ್ಟುವಿ, ಎಂದು ಶಾಪ ಕೊಡುತ್ತಾನೆ. ಹಾಗಾಗಿ ಆ ಮಗು ಬುಧಗ್ರಹ ಅಥವಾ ಮರ್ಕ್ಯುರಿ ಆಗಿದೆ. ಆದ್ದರಿಂದ ಬುಧ ಗ್ರಹ ಪುರುಷನೂ ಹೌದು ಸ್ತ್ರೀಯೂ ಹೌದು. ಬುಧ ಗ್ರಹ ತಾಯಿಗೆ ಕೇಳುತ್ತಾನೆ, ನನ್ನ ಜೀವನ ಸಂಗಾತಿ ಪುರುಷನಾಗಿರುವನೋ ಅಥವಾ ಸ್ತ್ರೀಯೋ? ತಾಯಿ ಹೇಳುತ್ತಾಳೆ ಯಾರಾದರೂ ಆಗಬಹುದು ನಿನಗೆ ಜೀವನ ಸಂಗಾತಿ ಸಿಗುತ್ತಾರೆ. ಬುಧಗ್ರಹದ ಸಂಗಾತಿಯ ಕಥೆಯು ಸದ್ಯುಮ್ನನ ಕಥೆಯೊಡನೆ ಹೋಲಿಕೆ ಆಗುತ್ತದೆ.

ಒಂದು ದಿವಸ ಇಕ್ವಾಕು ರಾಜನ ಸಹೋದರ ಸದ್ಯುಮ್ನ ಒಂದು ಕಾಡಿಗೆ ಪ್ರವೇಶಿಸುತ್ತಾನೆ. ಅಲ್ಲಿ ಶಿವ ಹಾಗೂ ಶಕ್ತಿ ಸಂಭೋಗ ಮಾಡುತ್ತಿದ್ದರು. ಈ ವನದಲ್ಲಿ ಪ್ರವೇಶಿಸಿದ ಯಾರೇ ಆದರೂ ಸ್ತ್ರೀರೂಪ ಧರಿಸುತ್ತಿದ್ದರು. ಆದ್ದರಿಂದ ಸದ್ಯುಮ್ನ ಕೂಡ ಇಳಾ ಎಂಬ ಹೆಸರಿನ ಸ್ತ್ರೀ ಆಗುತ್ತಾನೆ. ಇದರಿಂದ ತಳಮಳಗೊಂಡ ಅವನು ಮತ್ತೆ ಪುರುಷ ರೂಪ ಕೊಡಬೇಕೆಂದು ಶಿವನಲ್ಲಿ ಪ್ರಾರ್ಥಿಸುತ್ತಾನೆ. ಶಿವನು ಹೇಳುತ್ತಾನೆ, ಈ ಮಾಯಾಲೋಕದ ವನದಲ್ಲಿ ಪುರುಷನು ಸ್ತ್ರೀಯಾಗುತ್ತಾನೆ ಹೊರತಾಗಿ ಸ್ತ್ರೀ ಪುರುಷನಾಗುವುದು ಸಾಧ್ಯವಿಲ್ಲ ಎಂದು ಇಳಾ ಮತ್ತೆ ಮತ್ತೆ ಪ್ರಾರ್ಥನೆ ಮಾಡಲಾಗಿ ಆ ಮಾಯಾಲೋಕದ ರೀತಿಯಲ್ಲಿ ಒಂದಿಷ್ಟು ಬದಲಾವಣೆ ಮಾಡುತ್ತಾನೆ. ಶಿವ ಸದ್ಯುಮ್ನಗೆ ಹೇಳುತ್ತಾನೆ,

ನೀನು ಕೃಷ್ಣಪಕ್ಷದಲ್ಲಿ ಸ್ತ್ರೀಯಾಗಿರುವಿ ಹಾಗೂ ಶುಕ್ಲಪಕ್ಷದಲ್ಲಿ ಪುರುಷನಾಗಿರುವಿ. ಹಾಗಾಗಿ ಚಂದ್ರವಂಶದ ಈ ರಾಜನಲ್ಲಿ ಪುರುಷ ತತ್ವಗಳೂ ಇವೆ ಹಾಗೂ ಸ್ತ್ರೀ ತತ್ವಗಳೂ ಇವೆ. ಅವನು ಬುಧಗ್ರಹದೊಡನೆ ಮದುವೆ ಆಗುವನು. ಈ ಈರ್ವರಿಂದ ಚಂದ್ರವಂಶದ ಸೃಷ್ಟಿ ಆಯಿತು. ಹೀಗೆ ಚಂದ್ರವಂಶದ ಸೃಷ್ಟಿಯು ನಪುಂಸಕತೆಯಿಂದ ಆಗಿದೆ.

ಚಂದ್ರವಂಶದಿಂದ ಪಾಂಡವರು, ಕೌರವರು ಮತ್ತು ಯಾದವರು ಬರುತ್ತಾರೆ. ಈ ಕಥೆ ಮಹಾಭಾರತದಲ್ಲೇಕಿದೆ? ಏಕೆಂದರೆ ಅವರು ನಪುಂಸಕತೆ, ತೃತೀಯ ಪ್ರಕೃತಿಗಳು ಅನುಭವಿಸಿದ್ದರು. ಈ ವ್ಯಾಸರಾಗಬಹುದು ಅಥವಾ ವಾಲ್ಮೀಕಿಯರಾಗಬಹುದು, ಮಾರ್ಕಂಡೇಯ ಋಷಿಗಳೇ ಆಗಬಹುದು. ಇವರೆಲ್ಲ ಬರೆದ ಕಥೆಗಳು ಶೂನ್ಯದಿಂದ ಬಂದವುಗಳೇನಾಗಿರಲಿಲ್ಲ, ಕೇವಲ ಕಾಲ್ಪನಿಕವಾಗಿಯೂ ಇರಲಿಲ್ಲ; ಅನುಭವದಿಂದ ಅರಳಿದವುಗಳಾಗಿದ್ದವು. ಈ ಕಥನಗಳೆಲ್ಲ ಕಾಲ್ಪನಿಕವೋ? ಅನುಭವದಿಂದ ಬಂದವುಗಳೋ? ಈ ಕುರಿತು ಚಿಂತನೆ ಚರ್ಚೆ ಮಾಡಬಹುದಾಗಿದೆ.

## ಭಂಗಸ್ವಾನ ರಾಜನ ಕಥೆ

ಭಂಗಸ್ವಾನ ರಾಜನ ಕುರಿತ ಕಥೆಯೊಂದು ಹೀಗಿದೆ–ಭಂಗಸ್ವಾನ ರಾಜ ನೂರು ಜನ ಪುತ್ರರ ಪ್ರಾಪ್ತಿಗಾಗಿ ಯಜ್ಞ ಮಾಡುತ್ತಾನೆ. ದೇವರು ಈ ಯಜ್ಞದಿಂದ ಸಂತುಷ್ಟನಾಗುತ್ತಾನೆ ಹಾಗೂ ಭಂಗಸ್ವಾನನಿಗೆ ನೂರು ಜನ ಪುತ್ರರು ಜನಿಸುತ್ತಾರೆ. ಭಂಗಸ್ವಾನನು ಯಜ್ಞದಲ್ಲಿ ಇಂದ್ರನಿಗೆ ಏನೊಂದೂ ಅರ್ಪಣೆ ಮಾಡಿ ಗೌರವಿಸಲಿಲ್ಲ. ಹಾಗಾಗಿ ಇಂದ್ರನು ಸಿಟ್ಟಾಗಿ ಭಂಗಸ್ವಾನನಿಗೆ ಹೆಣ್ಣಾಗುವ ಶಾಪ ಕೊಡುತ್ತಾನೆ. ತನ್ನ ಸ್ತ್ರೀರೂಪದಲ್ಲಿದ್ದೂ ಅವನಿಗೆ ನೂರು ಜನ ಪುತ್ರರಾದರು. ಪುರುಷ ರೂಪದಲ್ಲಿದ್ದಾಗ ಜನಿಸಿದ ಮಕ್ಕಳು ಅವನಿಗೆ ಅಪ್ಪ ಎಂದು ಕರೆಯುತ್ತಿದ್ದರೆ, ಸ್ತ್ರೀರೂಪದಲ್ಲಿದ್ದಾಗ ಜನಿಸಿದ ಮಕ್ಕಳು ಅವ್ವ ಎಂದು ಕರೆಯುತ್ತಿದ್ದರು. ಪುರುಷನಾಗಿದ್ದಾಗ ಸುಖ ಹೆಚ್ಚಿತ್ತೆ? ಅಥವಾ ಸ್ತ್ರೀಯಾಗಿದ್ದಾಗ ಸುಖ ಹೆಚ್ಚಿತ್ತೇ? ಎಂದು ಅವನಿಗೆ ಕೇಳಲಾಯಿತು. ಸ್ತ್ರೀಯಾಗಿದ್ದಾಗ ಹೆಚ್ಚು ಸುಖವಿತ್ತು ಎಂದು ಉತ್ತರಿಸುತ್ತಾನೆ. ಏಕೆಂದರೆ ಸ್ತ್ರೀಯಾಗಿ ಪ್ರಿಯತಮೆ ಎಂದು ಕರೆಯಿಸಿಕೊಳ್ಳುವ ಅನುಭವವಿರುತ್ತದೆ ಹಾಗೂ ಅವ್ವ ಎಂದು ಕರೆಯಿಸಿಕೊಳ್ಳುವ ಸುಖವೂ ಇರುತ್ತದೆ. ಪುರುಷನು ತನ್ನ ಶರೀರದ ಹೊರಗಡೆ ಮಕ್ಕಳಿಗೆ ಜನ್ಮ ನೀಡುತ್ತಾನೆ. ಆದರೆ ಸ್ತ್ರೀ ತನ್ನ ಶರೀರದ ಒಳಗಡೆ ಮಕ್ಕಳನ್ನು ಸೃಷ್ಟಿಸುತ್ತಾಳೆ. ಈ ಅನುಭವವು ಅನನ್ಯವಾಗಿರುತ್ತದೆ. ಆದ್ದರಿಂದ ಅವನು ಸ್ತ್ರೀಯನ್ನು ಎತ್ತರದ ಸ್ಥಾನದಲ್ಲಿ ನೋಡುತ್ತಾನೆ. ಆದರೆ ಆಧುನಿಕ ಸಮಾಜದಲ್ಲಿ ಈ ವಾಸ್ತವಿಕತೆ ಉಳಿದಿಲ್ಲ.

ಈ ಕಥೆಗಳೆಲ್ಲ ಮಹಾಭಾರತದಿಂದ ಬಂದಿವೆ–ಭಂಗಸ್ವಾನನ ಕಥೆ ಬುಧ ಗ್ರಹ ಕಥೆ, ಸದ್ಯುಮ್ನ/ಇಳಾ ಕಥೆ ಹಾಗೂ ಶಿಖಂಡಿಯ ಕಥೆ. ಇಂಥ ಅನೇಕ ಚಿಕ್ಕ ಚಿಕ್ಕ ಕಥೆಗಳಿವೆ. ಅಲ್ಲಿ ಕೆಲ ಪಾತ್ರಗಳು ಹಗಲು ಪುರುಷನಾಗಿರುತ್ತವೆ, ರಾತ್ರಿ ಸ್ತ್ರೀರೂಪ ಪಡೆಯುತ್ತವೆ. ಸೂರ್ಯಾಸ್ತದ ಸಮಯವನ್ನು ನಪುಂಸಕ ರೂಪಕ್ಕೆ ಹೋಲಿಸಲಾಗಿದೆ. ಕ್ವಿಯರ್ ಎಂದು ಕರೆಯುವ ತೃತೀಯ ಪ್ರಕೃತಿಯ ಪಾತ್ರಗಳ ಉಲ್ಲೇಖವನ್ನು ನಾವು ಮಹಾಭಾರತದಲ್ಲಿಯೂ ನೋಡಬಹುದು.

## ಅರವಾನನ ಕಥೆ

ಮಹಾಭಾರತಕ್ಕೆ ಸಂಬಂಧಿಸಿದ ಇನ್ನೊಂದು ಪ್ರಸಿದ್ಧ ಕಥೆ ತಮಿಳುನಾಡು ಜನಪದ ಪರಂಪರೆಯಲ್ಲಿ ಕಾಣಸಿಗುತ್ತದೆ. ಮಹಾಭಾರತ ಯುದ್ಧದಲ್ಲಿ ಜಯ ಗಳಿಸಲು ಮೂವತ್ತೆರಡು ಗುಣಗಳುಳ್ಳ ಪುರುಷನೊಬ್ಬನ ಬಲಿಕೊಡಬೇಕಾಗುತ್ತದೆ, ಅಂದರೆ ನರಬಲಿ ಕೊಡಬೇಕಾಗುತ್ತದೆ ಎಂದು ಪಾಂಡವರಿಗೆ ಹೇಳಲಾಗಿತ್ತು. ಅರ್ಜುನ, ಕೃಷ್ಣ ಹಾಗೂ ಅರ್ಜುನನ ಪುತ್ರ ಅರವಾನ ಈ ಮೂವರಲ್ಲಿಯೂ ಆ ಮೂವತ್ತು ಗುಣಗಳಿದ್ದವು. ಅರ್ಜುನ ಹಾಗೂ ಶ್ರೀಕೃಷ್ಣ ಇವರು ಜೀವಂತವಾಗಿರುವುದು ಅವಶ್ಯವಿತ್ತು. ಆದ್ದರಿಂದ ನಾಗಕನ್ಯೆ ಉಲೂಪಿಯ ಪುತ್ರ ಅರವಾನ ಬಲಿಯಾಗಲು ಸಿದ್ಧನಾಗುತ್ತಾನೆ. ಆದರೆ ಅವನ ಅಭಿಲಾಷೆ ಎಂದರೆ ತಾನು ಬಲಿಯಾಗುವ ಮೊದಲು ತನ್ನ ಮದುವೆ ಆಗಬೇಕು ಹಾಗೂ ಬಲಿ ಆದ ನಂತರ ಅವನ ವಿಧವೆ ಪತ್ನಿ ತನ್ನ ಹೆಣದ ಮುಂದೆ ಅಳಬೇಕು. ಅರವಾನ ಮಾರನೇ ದಿವಸವೇ ಬಲಿಯಾಗುವವನಿದ್ದ. ಆದ್ದರಿಂದ ಯಾವ ಕನ್ಯೆಯೂ ಅವನೊಡನೆ ಮದುವೆಯಾಗಲು ಮುಂದೆ ಬರಲಿಲ್ಲ.

ಆಗ ಕೃಷ್ಣ ಹೇಳುತ್ತಾನೆ, ನಾನು ಮೋಹಿನಿಯ ರೂಪ ಧರಿಸಿ ಅರವಾನನನ್ನು ಮದುವೆ ಆಗುವೆ. ಆತನೊಡನೆ ಒಂದು ರಾತ್ರಿ ಕಳೆಯುವೆ ಹಾಗೂ ಮಾರನೇ ದಿವಸ ಅರವಾನನ ವಿಧವೆ ಆಗಿ ಅಳುವೆ. ಹೀಗೆ ಈ ಕಥೆಯಲ್ಲಿ ಕೃಷ್ಣ ತನ್ನ ಭೌತಿಕ ಶರೀರದ ಪರಿವರ್ತನೆ ಮಾಡಿ ಮೋಹಿನಿ ಆಗಿ ಅರವಾನನೊಡನೆ ಮದುವೆ ಆಗುತ್ತಾನೆ ಹಾಗೂ ಮಾರನೇ ದಿವಸ ವಿಧವೆ ಆಗಿ ಅರವಾನನಿಗಾಗಿ ವಿಲಾಪ ಮಾಡುತ್ತಾನೆ. ಇದಕ್ಕಾಗಿ ಒಂದು ರಾತ್ರಿ ಹೆಣ್ಣಾಗಿ ಗಂಡನೊಡನೆ ರಾತ್ರಿ ಕಳೆಯುತ್ತಾನೆ. ಅರವಾನನ ನೆನಪಿನಲ್ಲಿ ತಮಿಳುನಾಡಿನಲ್ಲಿ ಅರವಾನಿಯರ ಜಾತ್ರೆ ನೆರವೇರುತ್ತದೆ. ತಮಿಳುನಾಡಿನ ಕಿನ್ನರರು ತಮ್ಮನ್ನು ಅರವಾನಿಯರೆಂದು ಕರೆದುಕೊಳ್ಳುತ್ತಾರೆ. ಆ ಒಂದು ದಿವಸ ಅವರು ಕೃಷ್ಣನ ರೂಪ ಧರಿಸುತ್ತಾರೆ. ಒಂದು ರಾತ್ರಿಗಾಗಿ ಅವರು ಸ್ತ್ರೀ ಹಾಗೂ ಪತ್ನಿಯರಾಗುತ್ತಾರೆ. ಮಾರನೇ ದಿವಸ ವಿಧವೆಯರಾಗುತ್ತಾರೆ.

ಹೀಗೆ ಭಾರತೀಯ ಪರಂಪರೆಯಲ್ಲಿ ಕೃಷ್ಣನೂ ಸ್ತ್ರೀರೂಪ ಧರಿಸುತ್ತಾನೆ. ಶಿವನೂ ಸ್ತ್ರೀರೂಪ ಧರಿಸುತ್ತಾನೆ ಎನ್ನುವುದು ಕಾಣುತ್ತೇವೆ. ಶಿವನು ಗೋಪೇಶ್ವರ ಮಹಾದೇವ ಆಗುತ್ತಾನೆ. ಶ್ರೀ ಕೃಷ್ಣ ಮೋಹಿನಿಯ ರೂಪ ಧರಿಸುತ್ತಾನೆ.

## ರಾಮಾಯಣದ ಕಥೆಗಳು

**ಅಂಕಿತ:** ಅಂದರೆ ಮಹಾಭಾರತದಲ್ಲಿ ಈ ತರಹದ ಕಥೆಗಳ ಪ್ರಸ್ತಾಪ ಇದೆ. ರಾಮಾಯಣದಲ್ಲಿಯೂ ಈ ತರಹದ ಕಥೆಗಳಿವೆಯೇ?

## ಯುವನಾಶ್ವ ರಾಜನ ಕಥೆ

**ದೇವದತ್ತ ಪಟ್ಟನಾಯಕ:** ರಾಮಾಯಣದಲ್ಲಿ ಇಂತಹ ಅನೇಕ ಕಥೆಗಳಿವೆ. ಉದಾಹರಣೆಗೆ ಯುವನಾಶ್ವ ರಾಜನ ಕಥೆ. ಅವನು ರಾಮನ ಪೂರ್ವಜ ಸೂರ್ಯವಂಶಿ ರಾಜನಾಗಿದ್ದ. ರಾಮನು ಸೂರ್ಯವಂಶದವನಾಗಿದ್ದ. ನಮ್ಮಲ್ಲಿ ಎಷ್ಟೇ ರಾಜರಿದ್ದರೂ ಅವರು ಸೂರ್ಯವಂಶದವರು ಅಥವಾ ಚಂದ್ರ ವಂಶದವರಾಗಿರುತ್ತಿದ್ದರು ಎಂಬ ಮಾತಿದೆ. ಮಹಾಭಾರತದ ಕಥೆಗಳು ಚಂದ್ರವಂಶದ ಕಥೆಗಳಾಗಿವೆ ಹಾಗೂ ರಾಮಾಯಣದ ಕಥೆಗಳು ಸೂರ್ಯವಂಶದ ಕಥೆಗಳಾಗಿವೆ.

ದಶರಥನಿಗೆ ಮಕ್ಕಳಾಗಿರಲಿಲ್ಲ. ಅಂತೆಯೇ ಯುವನಾಶ್ವನೂ ಕೂಡ ಸಂತಾನ ಹೀನನಾಗಿದ್ದ. ಆದ್ದರಿಂದ ಅವನು ಪುತ್ರಕಾಮೇಷ್ಟಿ ಯಜ್ಞ ಮಾಡುತ್ತಾನೆ. ಋಷಿಗಳು ಅವನ ಮೂವರು ಪತ್ನಿಯರಿಗಾಗಿ ಪಾಯಸವನ್ನು ತಯಾರಿಸುತ್ತಾರೆ. ಅದು ಕುಡಿದ ಮೇಲೆ ಅವರು ಗರ್ಭ ಧರಿಸಬೇಕು. ಆದರೆ ತಪ್ಪಿನಿಂದ ಯುವನಾಶ್ವನೇ ಆ ಪಾಯಸ ಕುಡಿಯುತ್ತಾನೆ ಹಾಗೂ ಪುರುಷನಾಗಿಯೂ ಆತ ಗರ್ಭ ಧರಿಸುತ್ತಾನೆ. ಅವನ ತೊಡೆಯಿಂದ ಮಗು ಜನಿಸಿದಾಗ ಅದಕ್ಕೆ ಮಾಂಧಾತಾ ಎಂಬ ಹೆಸರು ಇಡಲಾಯಿತು. ಮಾಂಧಾತಾ ಸೂರ್ಯವಂಶದ ಪ್ರಸಿದ್ಧ ರಾಜನಾಗಿದ್ದಾನೆ. ಈ ರೀತಿ ಮಾಂಧಾತಾನ ತಾಯಿ ಹಾಗೂ ತಂದೆ ಒಬ್ಬನೇ ಪುರುಷನಾಗಿದ್ದ.

## ಋಕ್ಷರಾಜ, ಅರುಣಿ, ವಾಲಿ ಸುಗ್ರೀವರ ಕಥೆಗಳು

ಗಿರಿಧರ ರಾಮಾಯಣದ ಪ್ರಕಾರ ವಾನರರ ರಾಜ ಋಷಿರಾಜ ಒಂದು ದಿವಸ ನೀರಿನಲ್ಲಿ ಬಿದ್ದನು ಹಾಗೂ ಅವನು ಸ್ತ್ರೀರೂಪ ಧರಿಸಿದನು. ಇಂದ್ರ ಆಕೆಯನ್ನು ಪ್ರೇಮಿಸತೊಡಗಿದ ಹಾಗೂ ಅವರ ಸಂಬಂಧದಿಂದ ವಾಲಿಯ ಜನನವಾಯಿತು.

ಮತ್ತೆ ಸೂರ್ಯದೇವನು ಸಹ ಆಕೆಯನ್ನು ಪ್ರೇಮಿಸತೊಡಗಿದ. ಇವರಿಬ್ಬರ ಸಂಬಂಧದಿಂದ ಸುಗ್ರೀವನ ಜನನವಾಯಿತು.

ರಾಮಾಯಣದ ಮತ್ತೊಂದು ಕಥೆಯಲ್ಲಿ ವಾಲಿ ಸುಗ್ರೀವರ ಜನನ ಕುರಿತು ಬೇರೊಂದು ಕಥೆ ಹೇಳಲಾಗುತ್ತದೆ. ಒಂದು ದಿವಸ ಸೂರ್ಯದೇವತೆಯ ಸಾರಥಿ ಅರುಣ ಸ್ವರ್ಗಕ್ಕೆ ಹೋಗುತ್ತಾನೆ. ಅಲ್ಲಿ ಅವನು ಅಪ್ಸರೆಯರ ನೃತ್ಯ ನೋಡಲು ಬಯಸುತ್ತಾನೆ. ಆದರೆ ಸ್ವರ್ಗದಲ್ಲಿ ಇಂದ್ರನು ಒಬ್ಬನೇ ಪುರುಷನಾಗಿದ್ದ. ಕಾರಣ ಅರುಣ ಸ್ತ್ರೀರೂಪ ಧರಿಸಿ ಅರುಣಿ ಆಗಿ ಇಂದ್ರ ಸಭೆಯಲ್ಲಿ ಪ್ರವೇಶಿಸುತ್ತಾನೆ. ಅರುಣಿಯನ್ನು ನೋಡಿ ಇಂದ್ರ ಮೋಹಿತನಾಗುತ್ತಾನೆ ಹಾಗೂ ಅವರ ಸಂಬಂಧದಿಂದ ವಾಲಿಯ ಜನನವಾಗುತ್ತದೆ.

ಅರುಣನು ಸೂರ್ಯದೇವನ ಹತ್ತಿರ ಬಂದಾಗ, ಸೂರ್ಯದೇವ ವಿಳಂಬ ಆದುದಕ್ಕೆ ಕಾರಣ ಕೇಳುತ್ತಾನೆ. ಅವನು ಇಂದ್ರನ ಸಭೆಯಲ್ಲಿ ಪ್ರವೇಶಿಸಿದಾಗ ಹೆಣ್ಣಾದದ್ದು ಹಾಗೂ ಇಂದ್ರನಿಂದ ಒಂದು ಮಗುವಿನ ಜನ್ಮವಾದದ್ದರ ಕುರಿತು ಹೇಳುತ್ತಾನೆ. ಆಗ ಸೂರ್ಯದೇವನು ಅರುಣನನ್ನು ಹೆಣ್ಣಿನ ರೂಪದಲ್ಲಿ ನೋಡಲು ಬಯಸುತ್ತಾನೆ. ಅರುಣ ಅರುಣಿ ರೂಪ ಧರಿಸಿ ಹೆಣ್ಣಾಗುತ್ತಾನೆ. ಸೂರ್ಯದೇವ ಅರುಣಿಯನ್ನು ಮೋಹಿಸುತ್ತಾನೆ ಹಾಗೂ ಅವರಿಗೆ ಒಂದು ಮಗುವಿನ ಜನನವಾಗುತ್ತದೆ. ಆ ಮಗುವೇ ಸುಗ್ರೀವ. ಹೀಗೆ ವಾಲಿ ಸುಗ್ರೀವರ ಜನನದ ಕಥೆಯು ತೃತೀಯ ಪ್ರಕೃತಿಯ ಕಥೆಯೇ ಆಗಿದೆ.

## ಕಿನ್ನರರ ಕಥೆ

ಕಿನ್ನರ ಸಂಪ್ರದಾಯದಲ್ಲಿ ರಾಮನ ಕುರಿತಂತೆ ಒಂದು ಕಥೆ ಬಹಳ ಜನಪ್ರಿಯವಾಗಿದೆ. ರಾಮನು ವನವಾಸದಿಂದ ಹಿಂತಿರುಗುವಾಗ ಸರಯೂ ನದಿಯ ದಂಡೆಯ ಮೇಲೆ ಕಿನ್ನರರು ಇರುವುದನ್ನು ಕಾಣುತ್ತಾನೆ. ಇಲ್ಲೇನು ಮಾಡುತ್ತಿದ್ದೀರಿ? ಅಯೋಧ್ಯೆಗೆ ಹಿಂತಿರುಗಿ ಹೋಗಲಿಲ್ಲವೆ? ಎಂದು ರಾಮನು ಕೇಳಿದಾಗ, ಅವರು ಹೇಳುತ್ತಾರೆ, ತಾವು ವನವಾಸಕ್ಕೆ ಹೋಗುವಾಗ ಅಯೋಧ್ಯೆಯ ಅನೇಕ ಸ್ತ್ರೀ ಪುರುಷರು ರಾಮನ ಬೆನ್ನುಹತ್ತಿ ಬಂದಿದ್ದರು. ರಾಮನು ಹಿಂತಿರುಗಿ ನೋಡಿ ಎಲ್ಲ ಸ್ತ್ರೀ ಪುರುಷರಿಗೆ ಅಯೋಧ್ಯೆಗೆ ಹಿಂತಿರುಗಿ ಹೋಗಲು ಹೇಳುತ್ತನೆ. ಕಿನ್ನರರು ಸ್ತ್ರೀಯೂ ಅಲ್ಲ ಪುರುಷರೂ ಅಲ್ಲವಾದ್ದರಿಂದ, ರಾಮನು ಕಿನ್ನರರ ಕುರಿತು ಏನೂ ಹೇಳಿಲ್ಲವಾದ್ದರಿಂದ ಅವರು ಸರಯೂ ನದಿಯ ದಂಡೆಯಲ್ಲಿಯೇ ಕುಳಿತು ಬಿಟ್ಟಿದ್ದರು. ರಾಮನು ಹಿಂತಿರುಗಿ ಬಂದು ಅಯೋಧ್ಯೆಗೆ ಅವರನ್ನು ಕರೆದುಕೊಂಡು ಹೋಗಬಹುದು ಎಂಬ ಆಶೆ ಅವರದಾಗಿತ್ತು. ಇದನ್ನು ಕಂಡು ರಾಮ ಅವರಿಗೆ ತಾವೆಲ್ಲ ಅಯೋಧ್ಯೆಗೆ

ಹಿಂತಿರುಗಿ ಬರುವವರೆಗೆ ಅಲ್ಲಿ ರಾಮರಾಜ್ಯದ ಸ್ಥಾಪನೆಯೇ ಆಗುವುದಿಲ್ಲ ಎಂದು ಹೇಳುತ್ತಾನೆ. ಅದೇಕೆಂದರೆ ರಾಮರಾಜ್ಯದಲ್ಲಿ ಎಲ್ಲ ಲಿಂಗಿಗಳಿಗೆ ಸ್ಥಾನ ಇದ್ದೇ ಇದೆ. ಆ ಕಾರಣದಿಂದ ತುಲಸೀದಾಸ ಅವರ 'ರಾಮಚರಿತ ಮಾನಸ'ದಲ್ಲಿ ಈ ಸಾಲುಗಳ ಬಹಳ ಜನಪ್ರಿಯ–

**ಪುರುಷರು ಅಥವಾ ಸ್ತ್ರೀಯರಾಗಲಿ ಸಕಲ ಚರಾಚರ ಜೀವಿಗಳೆಲ್ಲರೂ।**
**ನಿಷ್ಕಪಟಿಗಳಾಗಿ ಸರ್ವಭಾವದಿಂದ ನನ್ನನ್ನು ಆರಾಧಿಸುವವರು ನನಗೆ ಪ್ರಿಯರು॥**

**– ರಾಮಚರಿತಮಾನಸ ದೇ ಹೆ: 87.ಕ**

**ಭಾವಾರ್ಥ:**

ಪುರುಷರೇ ಆಗಲೀ ಸ್ತ್ರೀಯರೇ ಆಗಲಿ ಸರ್ವ ಚರಾಚರ ಜೀವಿಗಳೆಲ್ಲ ನನ್ನನ್ನು ಸದ್ಭಾವನೆಯಿಂದ ಆರಾಧಿಸುವವರೆಲ್ಲಾ ನನಗೆ ಅತಿ ಪ್ರಿಯರಾಗಿದ್ದಾರೆ. ಹೀಗೆ ರಾಮಾಯಣ ಹಾಗೂ ಮಹಾಭಾರತಗಳೆರಡರಲ್ಲಿಯೂ ನಮಗೆ ತೃತೀಯ ಪ್ರಕೃತಿಯ ಜನರ ಕುರಿತ ಕಥೆಗಳು ದೊರೆಯುತ್ತವೆ.

## ಪೌರಾಣಿಕ ಕಥೆಗಳು

**ಅಂಕಿತ:** ದೇವದತ್ತ ಅವರೇ ತಾವು ರಾಮಾಯಣ ಮಹಾಭಾರತದ ಕಥೆಗಳ ಕುರಿತು ಹೇಳಿದಿರಿ. ಈ ಪುರಾಣಗಳಲ್ಲಿಯೂ ಸಲಿಂಗಕಾಮಿ (ಸಮಲೈಂಗಿಕರು) ಗಳ ಕುರಿತು ಕಥೆಗಳಿವೆಯೆ?

## ಸೋಮವಂತ ಹಾಗೂ ಸುಮೇಧರ ಕಥೆ

**ದೇವದತ್ತ ಪಟ್ಟನಾಯಕ:** ಹಾಂ, ಹೌದು ಎಲ್ಲ ಪುರಾಣಗಳಲ್ಲಿಯೂ ಸಲಿಂಗಕಾಮಿಗಳ ಕುರಿತು ಕಥೆಗಳು ಸಿಗುತ್ತವೆ. ಉದಾಹರಣೆಗೆ ಸೋಮವಂತ ಹಾಗೂ ಸುಮೇಧರ ಕಥೆ. ಈ ಈರ್ವರು ವಿವಾಹವಂಚಿತರಾಗಿ ಓಡಾಡುತ್ತಿದ್ದರು. ಇವರ ವಿವಾಹ ಆಗಲಾರದ್ದಕ್ಕೆ ಕಾರಣವೆಂದರೆ ಅವರ ಹತ್ತಿರ ಆಕಳುಗಳು ಇರಲಿಲ್ಲ. ಆಕಳು ಹೊಂದಿರದ ಕಾರಣ ಅವರಿಗೆ ಹೆಣ್ಣು ಕೊಡಲು ಯಾರು ಸಿದ್ಧರಿರಲಿಲ್ಲ. ಆಕಳುಗಳನ್ನು ಪಡೆಯಲು ಈ ಈರ್ವರೂ ಒಬ್ಬ ರಾಣಿಯ ಹತ್ತಿರ ಹೋಗುತ್ತಾರೆ. ರಾಣಿ ಹೇಳುತ್ತಾಳೆ, ಮದುವೆಯಾದ ದಂಪತಿಗಳಿಗೆ ಮಾತ್ರ ನಾನು ಆಕಳು ಕೊಡುವೆ ಎಂದು. ಏಕೆಂದರೆ ಆಕಳು ಹೊಂದಿರದೆ ಮದುವೆ ಆಗುವುದಿಲ್ಲ ಮತ್ತು ಮದುವೆ ಆಗದೆ ಆಕಳು ದೊರೆಯುವುದಿಲ್ಲ.

ಅವರೊಂದು ಉಪಾಯ ಮಾಡುತ್ತಾರೆ. ಸೋಮವಂತೆ ಹುಡುಗಿಯ ರೂಪ ಧರಿಸುತ್ತಾನೆ. ಆಗ ಈರ್ವರೂ ರಾಣಿಯ ಹತ್ತಿರ ಹೋಗಿ ನಾವಿಬ್ಬರೂ ದಂಪತಿಗಳು. ನಮಗೀಗ ತಾವು ಆಕಳು ಕೊಡಬಹುದೆ? ಅವರ ಯೋಜನೆ ಎಂದರೆ ಮೊದಲ ಸಲ ಸೋಮವಂತ ಹೆಣ್ಣಾಗೋದು ಹಾಗೂ ಆಕಳು ತಂದುಕೊಳ್ಳೋದು. ಎರಡನೆ ಸಲ ಸುಮೇಧ ಹೆಣ್ಣಾಗೋದು ಹಾಗೂ ಆಕಳು ತಂದುಕೊಳ್ಳೋದು. ಅವರ ಯೋಜನೆ ಯಶಸ್ಸು ಕಂಡಿತು. ರಾಣಿಯೂ ಎರಡೂ ಸಲ ಅವರಿಗೆ ಸತ್ಕರಿಸಿ ಆಕಳು ದಾನವಾಗಿ ಕೊಡುತ್ತಾಳೆ.

ಭಗವಾನನಿಗೆ ಇದು ತಿಳಿದುಹೋಯಿತು. ರಾಣಿಯು ಅವನ ಭಕ್ತಳಾಗಿದ್ದಳು. ಆದ್ದರಿಂದ ಆಕೆಗಾದ ಮೋಸ ಸರಿ ಕಾಣಲಿಲ್ಲ. ಈ ಮೋಸಕ್ಕೆ ಭಗವಾನ ವಾಸ್ತವದಲ್ಲಿ ಬದಲಾಯಿಸಿದ. ಸೋಮವಂತನಿಗೆ ಸೋಮವತಿ ಎಂಬ ಹೆಣ್ಣು ಮಾಡಿದ. ಹೀಗೆ ಯಾವ ಪುರುಷ ಹೆಣ್ಣಿನ ವೇಷ ಧರಿಸಿದ್ದನೋ ಅವನಿಗೆ ನಿಜದ ಹೆಣ್ಣಾಗಿ ಪರಿವರ್ತಿಸಿದ. ಈ ಕಥೆಯನ್ನು ನಾವು ಆಧುನಿಕ ಯುಗದಲ್ಲಿ ಹೇಗೆ ನೋಡಬಹುದು. ಈ ಇಬ್ಬರು ಹುಡುಗರು ಸಲಿಂಗ ಕಾಮಿಗಳಾಗಿದ್ದರು. ಅವರಿಗೆ ವಿವಾಹ ಆಗಬೇಕಿತ್ತು. ಕಾರಣ ದೇವರು ಅವರ ಸಲಿಂಗಕಾಮಿಗಳ ರೂಪಕ್ಕೆ ಸ್ವೀಕೃತಿ ಕೊಟ್ಟನು. ಏಕೆಂದರೆ ಅವರು ದಂಪತಿಗಳಾಗಿ ಬಂದಿದ್ದರು. ಈ ಕಥೆಯು ತಮಿಳು ಸಾಹಿತ್ಯದಲ್ಲಿಯೂ ದೊರೆಯುತ್ತದೆ.

## ಶೂದ್ರೀ-ಬ್ರಾಹ್ಮಣೀ ಕಥೆ

ಶೂದ್ರೀ ಮತ್ತು ಬ್ರಾಹ್ಮಣೀ ಎಂಬ ಇಂಥದ್ದೇ ಈರ್ವರು ಹುಡುಗಿಯರ ಒಂದು ಕಥೆ ಇದೆ. ಶೂದ್ರೀ ಅನರ್ತ ರಾಜನ ಮಗಳು. ಆ ರಾಜ್ಯದ ಪುರೋಹಿತನ ಮಗಳು ಬ್ರಾಹ್ಮಣೀ ಆಕೆಯ ಸಖಿ. ಅವರಿಬ್ಬರ ವಿವಾಹ ದಶಾರ್ಣದ ರಾಜ ಬೃಹದ್ಬಲ್ ಹಾಗೂ ಪುರೋಹಿತನೊಡನೆ ನಿಶ್ಚಯ ಆಗಿತ್ತು. ಮದುವೆಗೆ ಇನ್ನೂ ಸ್ವಲ್ಪ ಸಮಯವಿತ್ತು. ಈ ನಡುವೆ ಆ ನಗರದ ಒಬ್ಬ ಹುಡುಗನಿಗೆ ಮಹಾಪಾಪ ತಗುಲಿತು. ಹುಡುಗನ ತಂದೆ ರಾಜನಿಗೆ ಕೇಳಿಕೊಳ್ಳುತ್ತಾನೆ, ನನ್ನ ಮಗನಿಗೆ ಪಾಪ ತಗುಲಿದೆ. ಪಾಪದಿಂದ ಮುಕ್ತನಾಗಲು ಯಾವುದೇ ಕನ್ಯೆಯ ಮೊಲೆ ಮೇಲೆ ಕೈ ಇಡಬೇಕಾಗಿದೆ. ಆ ಕನ್ಯೆಯ ಮೊಲೆಯಿಂದ ಹಾಲು ಸುರಿದರೆ ಹುಡುಗನು ನಿಜವಾಗಿ ಪ್ರಾಯಶ್ಚಿತ್ತ ಮಾಡಿಕೊಂಡಿದ್ದಾನೆ ಎಂದಾಗುತ್ತದೆ. ರಾಜ ಒಪ್ಪಿಕೊಳ್ಳುತ್ತಾನೆ, ಏಕೆಂದರೆ ರಾಜಕುಮಾರಿಯ ವಿವಾಹ ಇನ್ನೂ ಆಗಿಲ್ಲವಾದ್ದರಿಂದ ಆಕೆ ಕನ್ಯೆ ಆಗಿದ್ದಾಳೆ. ರಾಜಕುಮಾರಿಯ ಮೊಲೆಯ ಮೇಲೆ ಹುಡುಗ ಕೈ ಇಟ್ಟೊಡನೆ ಆಕೆಯ ಮೊಲೆಯಿಂದ ಹಾಲು ಸುರಿಯಿತು.

ಈ ಮಾತು ನಗರದಲ್ಲಿ ಹರಡಿತು. ಬೃಹದ್ಬಲ್ ರಾಜನಿಗೆ ಈ ವಿಷಯ ತಿಳಿದು ಆತ ಶೂದ್ರೀಯೊಡನೆ ವಿವಾಹವಾಗಲು ನಿರಾಕರಿಸಿದ. ಏಕೆಂದರೆ ವಿವಾಹ ಆಗದೇ ಇದ್ದಾಗಲೂ ಅಕೆಯ ಮೊಲೆಯಿಂದ ಹಾಲು ಸುರಿದಿತ್ತು. ಬೇರೆ ಯಾವ ರಾಜನೂ ಆಕೆಯೊಡನೆ ವಿವಾಹವಾಗಲು ಒಪ್ಪಲಿಲ್ಲ. ಆಕೆಯ ಸಖಿ ಬ್ರಾಹ್ಮಣೀ ಕೂಡ ರಾಜಕುಮಾರಿಯ ವಿವಾಹ ಆಗದೇ ತಾನೂ ವಿವಾಹವಾಗಲಾರೆ ಎಂದು ಬಿಟ್ಟಳು. ನಂತರ ಅವರಿಬ್ಬರೂ ಕಾಡಿಗೆ ಹೋಗಿ ಇರತೊಡಗಿದರು. ಅಲ್ಲಿ ಅವರು ತಪಸ್ಸುಗೈದರು. ತಪಸ್ಸಿನಿಂದಾಗಿ ಶಿವನು ಬ್ರಾಹ್ಮಣೀಯನ್ನು ಆಶೀರ್ವದಿಸಲು ಮುಂದೆ ಬಂದನು. ಬ್ರಾಹ್ಮಣೀಯು ಶೂದ್ರೀಯನ್ನೂ ಆಶೀರ್ವದಿಸಲು ಶಿವನಲ್ಲಿ ವಿನಂತಿಸಿದಳು. ಯಾವ ಸ್ಥಳದಲ್ಲಿ ಅವರು ತಪಸ್ಸು ಗೈದಿದ್ದರೋ ಆ ಸ್ಥಳಕ್ಕೆ ಶೂದ್ರೀ–ಬ್ರಾಹ್ಮಣೀ ತೀರ್ಥ ಎಂದು ಕರೆಯುತ್ತಾರೆ. ಹೀಗೆ ತೃತೀಯ ಪ್ರಕೃತಿ ಕುರಿತು ವಿಚಿತ್ರವಾದ ಕಥೆಗಳು ದೊರೆಯುತ್ತವೆ.

ಇವರಿಬ್ಬರೂ ಸಖಿಯರಾಗಿದ್ದರೆಂದು ನೀವು ಹೇಳಬಹುದು. ಕೆಲವರು ಇಬ್ಬರೂ ಸಲಿಂಗಕಾಮಿಗಳಾಗಿದ್ದರು ಎಂದೂ ಹೇಳುತ್ತಾರೆ. ಇದಕ್ಕೆ ಕಾರಣವೇನು? ಇಂತಹ ವಿಚಿತ್ರವಾದ ಕಥೆಗಳು ಏಕೆ ಹೇಳಲಾಗುತ್ತವೆ?

ಪುರಾಣಗಳಲ್ಲಿ ಇಂತಹ ತೀರ್ಥ ಸ್ಥಾನಗಳ ಉಲ್ಲೇಖಗಳು ದೊರೆಯುತ್ತವೆ. ಉದಾಹರಣೆಗೆ ಯಾವುದೋ ತೀರ್ಥಸ್ಥಾನದಲ್ಲಿ ಸೋಮವಂತ ಹಾಗೂ ಸುಮೇಧರು ಇರುತ್ತಿದ್ದರು ಎನ್ನುತ್ತಾರೆ. ಅಥವಾ ಈ ತೀರ್ಥಸ್ಥಾನದಲ್ಲಿ ಶೂದ್ರೀ–ಬ್ರಾಹ್ಮಣೀ ಇರುತ್ತಿದ್ದರು, ಎಂದು ಹೇಳುತ್ತಾರೆ.

## ಚುಡಾಲಾಳ ಕಥೆ

ಯೋಗವಶಿಷ್ಠದಲ್ಲಿ ಚುಡಾಲಾಳ ಕಥೆ ಹೇಳಲಾಗುತ್ತದೆ. ಆಕೆ ಮಹಾರಾಣಿಯೂ ಬುದ್ಧಿವಂತೆ ಹಾಗೂ ಯೋಗಿಣಿಯೂ ಆಗಿದ್ದಳು. ಆಕೆಯ ಪತಿ ಶಿಖಿಧ್ವಜಾ ಎಂಬ ರಾಜ ಪಾಂಡಿತ್ಯದ ಪ್ರಶಂಸಕನಾಗಿದ್ದನು. ಆದರೆ ಆತ ಚುಡಾಲಾಳ ಜ್ಞಾನವನ್ನು ಒಪ್ಪಿಕೊಳ್ಳಲೇ ಇಲ್ಲ. ಅವನು ಜ್ಞಾನಪ್ರಾಪ್ತಿಗಾಗಿ ಕಾಡಿಗೆ ಹೋಗಲು ಬಯಸಿದನು. ಚುಡಾಲಾಳು ಸಿದ್ಧಜ್ಞಾನ ಹಾಗೂ ತಂತ್ರಜ್ಞಾನ ಧಾರೆ ಎರೆಯಲು ಬಯಸಿದರೂ ಆತ ಒಪ್ಪಲಿಲ್ಲ. ಸ್ತ್ರೀಯಾಗಿ ಆಕೆ ಜ್ಞಾನಿ ಆಗಿರಲು ಸಾಧ್ಯವೇ ಇಲ್ಲ ಎಂದನು. ಹಾಗಾಗಿ ಒಬ್ಬ ನಿಜದ ಗುರುವನ್ನು ಹುಡುಕುತ್ತಾ ಕಾಡಿಗೆ ಹೋದನು.

ಕಾಡನ್ನು ಪ್ರವೇಶಿಸಿದಾಗ ಅವನ ಎದುರಿನಲ್ಲಿ ಒಬ್ಬ ಸುಂದರ ಪುರುಷ ಕಾಣಿಸಿಕೊಂಡನು. ಕುಂಭಕ ಎಂಬ ಹೆಸರಿನ ಈ ಪುರುಷ ನಿಜದಲ್ಲಿ

ಪುರುಷನಾಗಿರಲಿಲ್ಲ. ಆದರೆ ತನ್ನ ಪತ್ನಿಯೇ ಸಿದ್ಧ ಶಕ್ತಿಯಿಂದ ಪುರುಷನಾಗಿ ರೂಪ ಬದಲಾಯಿಸಿಕೊಂಡಿದ್ದಾಳೆ ಎಂದು ಅವನಿಗೆ ಗೊತ್ತಿರಲಿಲ್ಲ. ಹಗಲು ಹೊತ್ತಿನಲ್ಲಿ ಕುಂಭಕನು ರಾಜನಿಗೆ ಜ್ಞಾನೋಪದೇಶ ಮಾಡುತ್ತಿದ್ದನು. ಒಬ್ಬ ಪುರುಷನು ಜ್ಞಾನೋಪದೇಶ ಮಾಡುತ್ತಿದ್ದನಾದ್ದರಿಂದ ರಾಜನು ಅದನ್ನು ಸ್ವೀಕರಿಸುತಿದ್ದ. ಆ ರಾತ್ರಿ ಅವನು ಮದನಿಕಾ ಎಂಬ ಹೆಸರಿನ ಸ್ತ್ರೀರೂಪ ಧರಿಸುತ್ತಿದ್ದನು. ಅವನು ರಾಜನಿಗೆ ತಿಳಿಸಿ ಬಿಡುತ್ತಾನೆ ಎಂದು. ಇದು ಹೀಗೆ ನಡೆಯುತ್ತಿತ್ತು. ಒಂದು ದಿವಸ ಮದನಿಕೆಯು ರಾಜನೊಡನೆ ಶಾರೀರಿಕ ಸಂಬಂಧ ಬೆಳೆಸಲು ಬಯಸುತ್ತಾನೆ ಹಾಗೂ ಸ್ತ್ರೀಯ ಅಭಿಲಾಷೆ ತಿರಸ್ಕರಿಸಬಾರದೆಂದು ವಿನಂತಿಸುತ್ತಾನೆ. ರಾಜ ಒಪ್ಪುತ್ತಾನೆ ಹಾಗೂ ಗಹಲು ಜ್ಞಾನೋಪದೇಶ ಪಡೆಯುತ್ತಾನೆ ಮತ್ತು ರಾತ್ರಿ ಮದನಿಕೆಯೊಡನೆ ಸಂಭೋಗ ನಡೆಸುತ್ತಾನೆ. ಕೊನೆಗೆ ಚುಡಾಲಾಳು ತನ್ನ ನಿಜರೂಪ ತೋರುತ್ತಾಳೆ. ರಾಜನೂ ತನ್ನ ಪತ್ನಿಯ ಬುದ್ಧಿಮತ್ತೆ ಒಪ್ಪಿಕೊಳ್ಳುತ್ತಾನೆ ಮತ್ತು ತನ್ನ ಪತ್ನಿಯ ಸಹಯೋಗದಿಂದ ಹಲವು ವರ್ಷಗಳವರೆಗೆ ರಾಜ್ಯಾಡಳಿತ ನಡೆಸುತ್ತಾನೆ.

ಹೀಗೆ ಇಂತಹ ತಾಂತ್ರಿಕ ಕಥೆಗಳಲ್ಲಿ ತೃತೀಯ ಪ್ರಕೃತಿಯ ಚರ್ಚೆ ನಡೆಯುತ್ತದೆ. ಈ ಕಥೆಗೆ ಹಲವು ಉಪಕಥೆಗಳಿರುತ್ತವೆ. ಆದರೆ ಮೂಲ ಕಥೆಯಲ್ಲಿ ನಾವು ಕಾಣುವುದೆಂದರೆ ಚುಡಾಲಾಳ ತನ್ನ ರೂಪ ಬದಲಾಯಿಸುವ ಶಕ್ತಿ ಹೊಂದಿದ್ದಾಳೆ. ಈ ಕಥೆಯಲ್ಲಿ ಆಕೆಯ ಭೌತಿಕ ರೂಪ ಬದಲಾಗುತ್ತಿದೆ. ರಾಜನಿಗೆ ಕುಂಭಕ ಪುರುಷನೆಂದು, ಆದರೆ ರಾತ್ರಿ ಮದನಿಕಾ ಎಂಬ ಸ್ತ್ರೀಯಾಗಿ ಬದಲಾವಣೆಯಾಗುತ್ತದೆ ಎಂದು ಗೊತ್ತಿತ್ತು. ಇದು ಅರಿತೂ ರಾಜ ಮದನಿಕೆಯೊಡನೆ ಲೈಂಗಿಕ ಸಂಬಂಧ ಇಟ್ಟುಕೊಂಡಿದ್ದ. ಹೀಗೆ ಈ ಕಥೆಯಲ್ಲಿ ಭಾವ ಶರೀರವೂ ಬದಲಾಗುತ್ತದೆ. ರಾಜನು ಕೇವಲ ಭೌತಿಕ ಶರೀರ ಮಾತ್ರವಲ್ಲ, ಭಾವ ಶರೀರವನ್ನೂ ನೋಡುತ್ತಿದ್ದ. ಸ್ತ್ರೀ ರೂಪವೂ ಧರಿಸುವ ಪುರುಷನೊಂದಿಗೆ ರಾಜ ಸಂಬಂಧ ಹೊಂದಿದ್ದ. ಈ ಕಥೆಗೆ ನಾವು ಅದ್ಭುತ ಹಾಗೂ ವಿಚಿತ್ರವೆಂದು ಹೇಳಬಹುದು. ವಿಚಿತ್ರ ಹಾಗೂ ಅದ್ಭುತ ಎರಡೂ ಶಬ್ದಗಳು ಒಂದೇ ಆಗಿವೆ. ಈ ತೃತೀಯ ಪ್ರಕೃತಿಯ ಕಥೆಯನ್ನು 'ಯೋಗವಸಿಷ್ಠ'ದಲ್ಲಿ ಕಾಣಬಹುದು.

ಹೀಗೆ ಶೂದ್ರೀ- ಬ್ರಾಹ್ಮಣೀ ಕಥೆ, ಸೋಮವಂತ-ಸುಮೇಧರ ಕಥೆ, ಚುಡಾಲಾಳ ಕಥೆ. ಈ ಎಲ್ಲ ಕಥೆಗಳಲ್ಲಿ ಸಲಿಂಗಕಾಮ ಕುರಿತು ಮಾತುಕತೆಯಾಗುತ್ತಿದೆ. ತೃತೀಯ ಪ್ರಕೃತಿಯ ಕಥೆ, ನಪುಂಸಕ ಕಥೆಯ ಮಾತುಗಳು ಇಲ್ಲಿವೆ. ಇದೊಂದು ಬೇರೆಯದೇ ಆದ ಲೋಕವಾಗಿದೆ. ಇಲ್ಲಿ ಕೇವಲ ದ್ವಿಚರ/ದ್ವಿವರ್ಣದವರ ಬದುಕು ಇಲ್ಲ; ಇಲ್ಲಿ ಕೇವಲ ಪುರುಷ ಹಾಗೂ ಸ್ತ್ರೀಯರೇ ಇಲ್ಲ, ತೃತೀಯ ಪ್ರಕೃತಿಯ ಜನರೂ ಇಲ್ಲಿ ಇರುತ್ತಾರೆ.

## ಶಾಕ್ತ ಪರಂಪರೆಯಲ್ಲಿ ಸಲಿಂಗಕಾಮ

**ಅಂಕಿತ:** ಶ್ರೀಕೃಷ್ಣ, ಶಿವ, ರಾಮ ಇವರ ಕುರಿತು ನಾವು ಮಾತಾಡಿದೆವು. ದೇವೀ ಪರಂಪರೆಯಲ್ಲಿಯೂ ನಮಗೆ ಇಂಥ ಕಥೆಗಳು ದೊರೆಯುತ್ತವೆಯೇ?

**ದೇವದತ್ತ:** ನಮ್ಮ ಸಮಾಜದಲ್ಲಿ ಹೆಣ್ಣು ಮನೆಯಲ್ಲೇ ಇರಬೇಕು. ಏಕೆಂದರೆ ಆಕೆ ಗೃಹಲಕ್ಷ್ಮಿ ಆಗಿದ್ದಾಳೆ, ಅನ್ನಪೂರ್ಣೆ ಆಗಿದ್ದಾಳೆ ಎಂಬ ಮಾತು ಆಡುತ್ತಾರೆ. ಆದರೆ ಆಕೆ ಅನ್ನಪೂರ್ಣೆ ಮಾತ್ರ ಅಲ್ಲ ಶೇರೋವಾಲೀ ಆಗಿದ್ದಾಳೆ. ಆಕೆ ಹುಲಿಯ ಮೇಲೆ ಕೂತು ಯುದ್ಧ ಭೂಮಿಯಲ್ಲಿ ಯುದ್ಧವಾಡುತ್ತಾಳೆ. ಅವಳು ರಕ್ತವಿಲಾಸಿನಿಯೂ ಚಾಮುಂಡಿಯೂ ಆಗಿದ್ದಾಳೆ, ಗಾರ್ಗಿಯೂ ಆಗಿದ್ದಾಳೆ, ಆಕೆ ಲಲಿತೆಯೂ ಚಂಡಿಕೆಯೂ ಆಗಿದ್ದಾಳೆ. ನಾವು ಹೆಚ್ಚಾಗಿ ಪುರುಷನನ್ನು ಯುದ್ಧಭೂಮಿಯ ಜೊತೆಗೂ ಹಾಗೂ ಗೃಹಸ್ಥ ಜೀವನದೊಂದಿಗೆ ಸ್ತ್ರೀಯನ್ನೂ ಜೋಡಿಸುತ್ತೇವೆ. ದೇವಿಗೆ ಇಂತಹ ಬಂಧನಗಳು ಸರಿಹೊಂದುವುದಿಲ್ಲ. ಅಂದರೆ ದೇವಿಯನ್ನು ಪುರುಷ ರೂಪ ಎಂದು ಕರೆಯಬೇಕೋ ಅಥವಾ ಸ್ತ್ರೀರೂಪವೆಂದು ಕರೆಯಬೇಕೋ?

## ಇಬ್ಬರು ದೇವಿಯರ ಪೂಜೆ ಏಕಕಾಲಕ್ಕೆ

ಇಬ್ಬರು ದೇವಿಯರ ಪೂಜೆ ಏಕಕಾಲಕ್ಕೆ ನಡೆಯುವ ಅನೇಕ ಮಂದಿರಗಳು ಭಾರತದಲ್ಲಿವೆ. ಬಹುತೇಕ ಮಂದಿರಗಳಲ್ಲಿ ಪುರುಷ ಮತ್ತು ಸ್ತ್ರೀ ಹಾಗೂ ದೇವಿ ಹಾಗೂ ದೇವತೆಗಳ ಮೂರ್ತಿಗಳಿಗೆ ಏಕಕಾಲದಲ್ಲಿ ಪೂಜೆ ಮಾಡುತ್ತಾರೆ. ಪತಿ-ಪತ್ನಿ ಅಥವಾ ದಂಪತಿಗಳ ರೂಪದಲ್ಲಿ, ಅಂದರೆ ಅದಕ್ಕೆ ಮಿಥುನ ರೂಪ ಎಂದು ಕರೆಯುತ್ತಾರೆ. ಕೆಲವು ವಿರಳ ಮಂದಿರಗಳಲ್ಲಿ ಇಬ್ಬರು ದೇವಿಯರ ಪೂಜೆ ಏಕಕಾಲಕ್ಕೆ ನಡೆಯುತ್ತದೆ. ಉದಾಹರಣೆಗೆ ಉತ್ತರ ಭಾರತದಲ್ಲಿ ನಂದಾ-ಸುನಂದಾ ಎಂಬ ದೇವಸ್ಥಾನ. ದಕ್ಷಿಣ ಭಾರತದಲ್ಲಿ ಸಾರಲಮ್ಮ-ಸಾರಕ್ಕ ದೇವಾಲಯ, ಓಡಿಶಾದಲ್ಲಿ ತಾರ-ತಾರಸಿ ದೇವಾಲಯ, ಗುಜರಾತಿನಲ್ಲಿ ಚಾಮುಂಡಾ-ಚೋಟಿಲಾ ದೇವಾಲಯ, ರಾಂಧಡಮಾ ದೇವಾಲಯದಲ್ಲಿ ಇಬ್ಬರು ದೇವಿಯರ ಮೂರ್ತಿಗಳಿವೆ. ಈ ಇಬ್ಬರು ದೇವಿಯರು ಯಾರು? ಕೆಲವರು ಅಕ್ಕತಂಗಿಯರೆನ್ನುತ್ತಾರೆ, ಕೆಲವರು ತಾಯಿ-ಮಗಳು ಎಂದು ಹೇಳುತ್ತಾರೆ. ಕೆಲವರು ಅವರಿಬ್ಬರು ಸಖಿಯರು ಎನ್ನುತ್ತಾರೆ. ಅವರಿಬ್ಬರು ಸೇರಿ ಯುದ್ಧ ಮಾಡುತ್ತಾರೆ. ಇಲ್ಲಿ ಸಖಿಯರು ಅಂದರೆ ಏನು ಅರ್ಥ? ಈ ದೇವಾಲಯಗಳು ಸ್ತ್ರಿಯರಿಗೆ ಪುರುಷರ ಅವಶ್ಯಕತೆ ಇಲ್ಲ ಎನ್ನುವಂತಹ ಪರಿವಾರಗಳ ಕುರಿತು ಹೇಳುತ್ತವೆ. ಯೋಗಿನೀ ಹಾಗೂ ಡಾಕಿನಿಯರಾಗಿದ್ದು,

ಅವರು ಪುರುಷರೊಂದಿಗೆ ಇರುವುದಿಲ್ಲ. ಆದರೆ ತಮ್ಮದೇ ಸಮೂಹ ಕಟ್ಟಿಕೊಂಡು ಇರುತ್ತಾರೆ. ಹೀಗೆ ನಮ್ಮ ಶಾಸ್ತ್ರದಲ್ಲಿ ಕುಟುಂಬದಲ್ಲಿ ಒಬ್ಬ ಸ್ತ್ರೀ ಒಬ್ಬ ಪುರುಷ ಇರಬೇಕೆಂದೇನಿಲ್ಲ. ಆಗಾಗ ಸ್ತ್ರೀಯರ ಗುಂಪುಗಳಿರುತ್ತಿದ್ದವು. ಸಪ್ತಮಾತೃಕೆಯರು ಮತ್ತು ದಶಮಹಾವಿದ್ಯಾ ಎಂದಿರುತ್ತಿದ್ದರು. ಅಂತೆಯೇ ಸಪ್ತಋಷಿಗಳು ಜೊತೆಯಲ್ಲಿರುತ್ತಿದ್ದರು. ನವನಾಥರು ಅಂದರೆ ಕೇವಲ ನಾಥರು ಜೊತೆಯಾಗಿ ಇರುತ್ತಿದ್ದರು. ನಮ್ಮಲ್ಲಿ ಎಲ್ಲ ರೀತಿಯ ಪರಿವಾರಗಳ ಕಲ್ಪನೆ ಇವೆ. ಕೇವಲ ಸ್ತ್ರೀ-ಪುರುಷರು ಇರುವ ಪರಿವಾರಗಳೇ ಇರುತ್ತವೆಂದೇನಿಲ್ಲ. ಹಲವು ಪುರುಷರು ಜೊತೆಯಾಗಿ ಇರಬಹುದು ಅಥವಾ ಹಲವು ಸ್ತ್ರೀಯರು ಜೊತೆಯಾಗಿ ಇರಬಹುದು. ಅವರಲ್ಲಿ ಪ್ರೇಮಸಂಬಂಧ ಆಗಬಹುದು. ಕೇವಲ ಸಖ ಅಥವಾ ಸಖಿಯಾಗಿ ಇರಬಹುದು. ಹೀಗೆ ವಿವಿಧ ರೀತಿಯ ಪರಿವಾರಗಳ ವಿವರ ತೋರಿಸಲಾಗಿದೆ.

ದೇವಿ ಪರಂಪರೆಯಲ್ಲಿ ದೇವಿಯ ವಿಶೇಷ ಪೂಜೆಯಲ್ಲಿ ಆಕೆ ಎಂದೂ ಪುರುಷರೊಡನೆ ಇರುವುದಿಲ್ಲ. ಆಕೆ ಒಬ್ಬಂಟಿ ಆಗಿರುತ್ತಾಳೆ, ಆಕೆಯ ಸೇವೆಗಾಗಿ ಹಲವು ಸಲ ಪುರುಷರಿರುತ್ತಾರೆ. ಉದಾಹರಣೆಗೆ ಇಬ್ಬರು ಪುರುಷ ದಾಸರು ಭೈರವ ಹಾಗೂ ಹನುಮಾನ್. ಇಬ್ಬರು ಪುತ್ರರಾಗಬಹುದು ಲವ-ಕುಶರಂತೆ ಅಥವಾ ಕಾಲಾ ಭೈರವ ಮತ್ತು ಬಿಳಿ ಭೈರವ. ಆದರೆ ಆಕೆ ಇರುವುದು ಒಬ್ಬಂಟಿ, ಕೆಲವು ಸಲ ತನ್ನ ಸಖಿಯರೊಡನೆ. ಅಕೆಯ ಉಗ್ರರೂಪದ ಸಂದರ್ಭದಲ್ಲಿಯೂ ಆಕೆಯ ಸಂಗಡ ಯಾರೂ ಪುರುಷರು ಇರುವುದಿಲ್ಲ. ಇದಕ್ಕೆ ಏನನ್ನುವುದು? ಇದನ್ನು ತೃತೀಯ ಪ್ರಕೃತಿಯಲ್ಲಿ ನೋಡಬೇಕು. ವಿಚಿತ್ರ ಹಾಗೂ ಅದ್ಭುತ ಎನ್ನುವಂತಹ ಲೋಕವಿದು ಅಥವಾ ಭೀಭತ್ಸ ಎಂದು ಕರೆಯಬಹುದು, ಮನಸ್ಸಿದ್ದಂತೆ ದರ್ಶನವಾಗಬಹುದು.

## ಕಾಮಶಾಸ್ತ್ರದಲ್ಲಿ ಸಲಿಂಗಕಾಮ (ಸಮಲೈಂಗಿಕತೆ)

**ಅಂಕಿತ:** ಲೈಂಗಿಕತೆಯ ಮಾತಾಡಿದೆವು, ಆದರೆ ಕಾಮದರ್ಶನ ಕುರಿತು ಮಾತಾಡದೇ ಇದ್ದರೆ ಈ ಚರ್ಚೆಯು ಅಪೂರ್ಣವೇ ಅನಿಸುತ್ತದೆ. ಕಾಮಸೂತ್ರದಲ್ಲಿ ಸಲಿಂಗಕಾಮ ಕುರಿತು ಚರ್ಚೆ ಇದೆಯೇ?

**ದೇವದತ್ತ:** ಕಾಮಶಾಸ್ತ್ರ ಮತ್ತು ಕಾಮಸೂತ್ರಗಳಲ್ಲಿ ಮುಖಮೈಥುನ ಆಧಾರಿತ ಮೌಖಿಕ ಸಲಿಂಗ ಕಾಮ ಕುರಿತು ಸಾಕಷ್ಟು ಪ್ರಸ್ತಾಪವಾಗಿದೆ. ಮುಖಮೈಥುನವು ಪುರುಷ ಮತ್ತು ಪುರುಷರ ನಡುವೆ, ಸ್ತ್ರೀ ಹಾಗೂ ಸ್ತ್ರೀಯರ ನಡುವೆ, ಪುರುಷ ಹಾಗೂ ಸ್ತ್ರೀಯರ ನಡುವೆ ನಡೆಯುತ್ತದೆ. ಹೀಗೆ ಸಲಿಂಗಕಾಮ ಮತ್ತು ವಿಷಮಲಿಂಗ ಕಾಮಗಳಲ್ಲಿ ಮುಖಮೈಥುನ ನಡೆಯಬಹುದಾಗಿದೆ.

ಗುದಮೈಥುನ, ನಾವು ಇದಕ್ಕೆ ಏನಲ್‌ಸೆಕ್ಸ್ ಎಂದು ಕರೆಯುತ್ತೇವಲ್ಲ, ಅದರ ಕುರಿತು ಅಲ್ಲಿ ಮಾತೇ ಇಲ್ಲ. ಬಹುಶಃ ಆ ಕಾಲದಲ್ಲಿ ಬರೆದವರು ಮಲದ್ವಾರ ಮೈಥುನ ಕುರಿತು ಬರೆಯಲು ಸಂಕೋಚ ಪಟ್ಟಿರಬಹುದು, ಆದ್ದರಿಂದ ಅದರ ಪ್ರಸ್ತಾಪ ಇರಲಿಕ್ಕಿಲ್ಲ.

## ಖಜುರಾಹೊ

**ಅಂಕಿತ:** ಖಜುರಾಹೋದಂತಹ ಮಂದಿರಗಳಲ್ಲಿ ಸಲಿಂಗಕಾಮವನ್ನು ಕುರಿತು ತೋರಿಸಲಾಗಿದೆ ಎನ್ನುತ್ತೀರಿ. ಇದಲ್ಲದೆ ಬೇರೆ ಮಂದಿರಗಳಲ್ಲಿಯೂ ಸಲಿಂಗಕಾಮದ ಪ್ರದರ್ಶನವಿದೆಯೇ?

**ದೇವದತ್ತ:** ನೋಡಿ, ಮಂದಿರಗಳಲ್ಲಿ ಇಬ್ಬರು ಪುರುಷರನ್ನು ಸಂಗಾತ ಪ್ರದರ್ಶಿಸಲಾಗುತ್ತದೆ ಎಂದಮೇಲೆ ಅವರಲ್ಲಿ ಯೌನಸಂಬಂಧದ ಜೊತೆಗೆ ಪ್ರೇಮ ಸಂಬಂಧವೂ ಇದೆಯೇ? ಇಲ್ಲವೆ? ಎಂದು ಹೇಳಲಾಗುವುದಿಲ್ಲ. ಯೌನಸಂಬಂಧವು ಸ್ಪಷ್ಟವಾಗಿ ಕಂಡು ಬರುತ್ತದೆ. ಆದರೆ ಪ್ರೇಮಸಂಬಂಧವನ್ನು ಹೇಗೆ ತೋರಿಸುತ್ತೀರಿ? ಉದಾಹರಣೆಗೆ ಕೆಲವೊಮ್ಮೆ ನರ–ನಾರಾಯಣ ಮೂರ್ತಿಗಳು, ಜೊತೆಯಾಗಿ ಕೂತದ್ದನ್ನು ತೋರಿಸಲಾಗುತ್ತದೆ. ಅವರೇನು ಗುರುಶಿಷ್ಯರೇ? ಅಣ್ಣ ತಮ್ಮಂದಿರೆ? ಅವರಲ್ಲಿ ಪ್ರೇಮ ಸಂಬಂಧವಿದೆಯೇ? ಹೇಗೆ ಹೇಳೋದು? ಪ್ರೇಮದ ಪ್ರದರ್ಶನ ಸಾಧ್ಯವಿಲ್ಲ. ಹಲವು ಸಲ ಮಂದಿರಗಳಲ್ಲಿ ಇಬ್ಬರು ಸ್ತ್ರೀಯರ ಮೂರ್ತಿಗಳು ಅಕ್ಕಪಕ್ಕದಲ್ಲಿ ಕೂತದ್ದನ್ನು ತೋರಿಸಲಾಗುತ್ತದೆ. ಜಲಕ್ರೀಡೆ ನಡೆಸುವುದನ್ನು ತೋರಿಸಲಾಗಿದೆ. ಈಗ ಇದಕ್ಕೆ ಯೌನಸಂಬಂಧ ಎಂದು ಹೇಳಬೇಕೆ? ಪ್ರೇಮ ಸಂಬಂಧ ಎಂದು ಹೇಳಬೇಕೆ? ಎಂದು ಈ ಮೂರ್ತಿಗಳಲ್ಲಿ ಸ್ಪಷ್ಟವಿರುವುದಿಲ್ಲ. ಇಂತಹ ಮೂರ್ತಿಗಳು ಲೆಸ್‌ಬಿಯನ್ ಜನ ಕುರಿತು ಹೇಳುತ್ತಿವೆಯೆ? ಅಥವಾ ಇಬ್ಬರು ಮಿತ್ರರು, ಸಖಾ ಅಥವಾ ಸಖಿಯರ ಕುರಿತು ಹೇಳುತ್ತವೆಯೆ? ಹೇಳುವುದು ಬಲು ಕಷ್ಟದ ಮಾತಾಗಿದೆ. ಆಕಸ್ಮಿಕ ಎಂದರೆ ಸಖಾ ಎಂಬ ಶಬ್ದವು ಮೈತ್ರಿ ಹಾಗೂ ಪ್ರೇಮ ಎರಡೂ ಕುರಿತು ಹೇಳುತ್ತದೆ.

ಮಂದಿರಗಳ ಮೂರ್ತಿಗಳಲ್ಲಿ ಎಲ್ಲ ಪ್ರಕಾರದ ಸಂಬಂಧಗಳ ಕುರಿತು ತೋರಿಸಲಾಗಿದೆ. ಮರಗಳ ಹತ್ತಿರ ಪ್ರಾಣಿಗಳು ತೋರಲಾಗಿದೆ, ವಿಭಿನ್ನ ಪ್ರಕಾರದ ಪ್ರಾಣಿಗಳು ತೋರಲಾಗಿದೆ, ಹುಲಿ ಹಾಗೂ ಆನೆಗಳ ಸಂಬಂಧ ಇತ್ಯಾದಿ. ನೀವು ಇದನ್ನು ವಿಚಿತ್ರ ಎನ್ನಬಹುದು ಆದರೆ ಶಾಸ್ತ್ರವು ಅದ್ಭುತ ಎನ್ನುತ್ತದೆ. ಹುಲಿ ಆನೆಗಳ ಸಂಬಂಧ ಹೇಗೆ ಎಂದು ನೀವು ಕೇಳುತ್ತೀರಿ. ಆದರೆ ಶಾಸ್ತ್ರವು ನಾವು ಕಲ್ಪನೆಯೂ ಮಾಡಲು ಸಾಧ್ಯವಿಲ್ಲದ್ದನ್ನು ದೇವರು ಕಲ್ಪನೆ ಮಾಡುತ್ತಾನೆ ಎಂದು ಹೇಳುತ್ತದೆ. ಪ್ರಕೃತಿಯಲ್ಲಿ ಏನೆಲ್ಲವೂ ಇದೆ.

ಇದು ತಿಳಿಸಲು ಇಂತಹ ಮೂರ್ತಿಗಳು ರೂಪಿಸಲ್ಪಟ್ಟಿವೆ. ಉದಾಹರಣೆಗೆ ಮಕರ ರಾಶಿ–ಅರ್ಧ ಆನೆ, ಅರ್ಧ ಮೀನು, ನರಸಿಂಹ ಅಥವಾ ಗಣಪತಿ ಮನುಷ್ಯನೂ ಆನೆಯೂ ಸೇರಿವೆ. ಕೆಲವು ಸಲ ಅನೇಕ ದೇವಿದೇವತೆಗಳಿಗೆ ನಾಲ್ಕು ಕೈಗಳಿರುತ್ತವೆ. ಇಂತಹ ಮೂರ್ತಿಗಳು ಅಮೇರಿಕನ್ನರಿಗೆ ತೋರಿಸಿದರೆ ಅವರು ವಿಚಿತ್ರವಾಗಿದೆ ಎನ್ನುತ್ತಾರೆ. ಆದರೆ ನಾವು ಅದ್ಭುತವಾಗಿದೆ ಎನ್ನುತ್ತೇವೆ.

## ತಾವು ಶಾಸ್ತ್ರಗಳಲ್ಲಿ ಸಮಲೈಂಗಿಕತೆಯನ್ನು ಉದ್ದೇಶಪೂರ್ವಕವಾಗಿ ಹುಡುಕುತ್ತಿದ್ದೀರಾ?

**ಅಂಕಿತ:** ಈಗ ನಾನು ಓರ್ವ ಛಿದ್ರಾನ್ವೇಷಿ ಆಗಲು ಬಯಸುತ್ತೇನೆ. ತಾವು ಉದ್ದೇಶಪೂರ್ವಕವಾಗಿ ನಿಮ್ಮ ವಿಚಾರವನ್ನು ಸ್ಥಾಪಿಸಲು ಇದೆಲ್ಲ ಕಾಮದರ್ಶನವನ್ನು ನಿಮ್ಮದೇ ರೀತಿಯಲ್ಲಿ ಕ್ವಿಯರ್ ವಿಶ್ಲೇಷಣೆ ಮಾಡುತ್ತಿದ್ದೀರಾ? ಅಂದರೆ ಎಲ್ಲಿ ಲೈಂಗಿಕತೆ ಇಲ್ಲವೋ ಅಲ್ಲಿಯೂ ಲೈಂಗಿಕತೆಯನ್ನು ಹೇರಲು ಪ್ರಯತ್ನಿಸುತ್ತಿದ್ದೀರಾ?

**ದೇವದತ್ತ:** ನೋಡಿ, ಸಾವಿರಾರು ವರ್ಷಗಳಿಂದ ಬ್ರಾಹ್ಮಣರು ಶಾಸ್ತ್ರ ಓದುತ್ತ ಬಂದಿದ್ದರಿಂದ ಅವರು ತಮ್ಮನ್ನು ತಾವು ಶ್ರೇಷ್ಠರೆಂದು ಭಾವಿಸತೊಡಗಿದರು. ಶಾಸ್ತ್ರಗಳು ಹೀಗೆ ಹೇಳಿವೆಯೇ? ಅಥವಾ ಬ್ರಾಹ್ಮಣರು ಹೀಗೆ ಹೇಳಿದ್ದಾರೆಯೇ? ಅಥವಾ ಬ್ರಾಹ್ಮಣರು ಹೇಳಿದ್ದನ್ನೇ ಶಾಸ್ತ್ರಗಳು ಹೇಳುತ್ತವೆಯೇ ಅಥವಾ ಶಾಸ್ತ್ರ ಹೇಳಿದ್ದನ್ನೆ ಬ್ರಾಹ್ಮಣರೂ ಹೇಳಿದ್ದಾರೆಯೇ? ಪ್ರತಿಯೊಬ್ಬ ವ್ಯಕ್ತಿಯೂ ತನ್ನ ಜ್ಞಾನ ಹಾಗೂ ದೃಷ್ಟಿಕೋನದ ಹಿನ್ನೆಲೆಯಲ್ಲಿಯೇ ಮಾತಾಡುತ್ತಾನೆ. ಪ್ರತಿಯೊಂದು ಮಾತಿನಲ್ಲಿ ನಮಗೆ ರಾಜಕಾರಣ ಕಂಡುಬರಬಹುದು. ಉದಾಹರಣೆಗೆ ಸ್ತ್ರೀಯನ್ನು ಕುರಿತು ಶಾಸ್ತ್ರಗಳು ಏನನ್ನು ಹೇಳುತ್ತವೆ? ಎಲ್ಲ ಶಾಸ್ತ್ರಜ್ಞರು ಪುರುಷರೇ ಆಗಿದ್ದರು. ಚಾಣಕ್ಯನಾಗಲೀ, ಮನುವಾಗಲೀ, ವಸಿಷ್ಠರಾಗಲೀ, ವಿಶ್ವಾಮಿತ್ರರಾಗಲೀ, ಗೌತಮ ಋಷಿಗಳೇ ಆಗಲೀ ಎಲ್ಲರೂ ಪುರುಷರಾಗಿದ್ದರು. ಅವರು ಶಾಸ್ತ್ರಾಧ್ಯಯನ ಮಾಡುವಾಗ ಪುರುಷರ ದೃಷ್ಟಿಕೋನದಿಂದಲೇ ಅರ್ಥೈಸುತ್ತಿದ್ದರು. ಅಂತೆಯೇ ದೇವದತ್ತ ಪಟ್ಟನಾಯಕನೂ ಕೂಡ ದೇವದತ್ತ ಪಟ್ಟನಾಯಕನ ದೃಷ್ಟಿಕೋನದಿಂದಲೇ ಹೇಳಲು ಸಾಧ್ಯವಾಗುತ್ತದೆ. ಬೇರೆ ದೃಷ್ಟಿಕೋನದಿಂದ ಹೇಳಲು ಸಾಧ್ಯವೇ ಇಲ್ಲ.

ಶಂಕರಾಚಾರ್ಯರೂ ಕೂಡ ಹೀಗೆ ಹೇಳಿದ್ದಾರೆ–

**ಬ್ರಹ್ಮಸತ್ಯಂ ಜಗನ್ಮಿಥ್ಯಾ ಜೀವೋ ಬ್ರಹ್ಮೈವ ನಾಪರಃ।**
**ಆನೇನ ವೇದ್ಯಂ ಸ್ವಚ್ಛಾಸ್ತ್ರಮಿತಿವೇದಾಂತಡಿಂಡಿಮಃ॥**

**ಭಾವಾರ್ಥ**

ಬ್ರಹ್ಮ ಸತ್ಯವಾಗಿದೆ ಜಗತ್ತು ಮಿಥ್ಯೆಯಾಗಿದೆ ಹಾಗೂ ಜೀವವೇ ಬ್ರಹ್ಮವಾಗಿದೆ ಅಲ್ಲದೆ ಮತ್ತೇನೂ ಇಲ್ಲ.

ನಮ್ಮ ಸತ್ಯವು ಸದಾಕಾಲ ಅಪೂರ್ಣ ಹಾಗೂ ಮಿತಿಗಳಿಂದ ಕೂಡಿದ್ದಾಗಿದೆ. ಗೋಪೇಶ್ವರ ಮಹಾದೇವನ ಕಥೆಯಲ್ಲಿ ಶಿವನು ಸ್ತ್ರೀರೂಪ ಧರಿಸಿದನು. ಮೋಹಿನಿಯ ಕಥೆಯಲ್ಲಿ ವಿಷ್ಣು ಸ್ತ್ರೀರೂಪ ಧರಿಸುತ್ತಾನೆ. ಮಂದಿರಗಳಲ್ಲಿ ದೇವಿಯು ಸಖಿಯೊಡನೆ ಕಾಣಿಸಿಕೊಳ್ಳುತ್ತಾಳೆ. ಇದೆಲ್ಲದರ ಅರ್ಥವೇನು? ನಿಜದ ಅರ್ಥ ಯಾರು ಬಲ್ಲರು? ಹಸಿದವನಿಗೆ ಎಲ್ಲೆಲ್ಲಿಯೂ ಅನ್ನವೇ ಕಾಣುತ್ತದೆ. ಕಾಮುಕನಿಗೆ ಎಲ್ಲೆಲ್ಲಿಯೂ ಕಾಮವಾಸನೆಯೇ ಕಾಣುತ್ತದೆ. ಎರಡೂ ಸತ್ಯ. ಈ ಚಿತ್ರ ನನಗೆ ಅರ್ಥವಾಗಿದೆ ಎಂದು ಹೇಳುವ ಆ ನೋಡುಗನ ದೃಷ್ಟಿಕೋನದಿಂದಲೇ ಹೇಳಿರುತ್ತಾನೆ. ಆದರೆ ಒಬ್ಬ ವಿಷಮಲೈಂಗಿಕ ಪುರುಷ ಶಾಸ್ತ್ರಗಳ ಮಾಡುತ್ತಾನೆ ಎಂದಾದರೆ ಆತನ ದೃಷ್ಟಿಕೋನ ನಿಜವಾಗಿರುತ್ತದೆಯೇ? ಹೌದು ಎಂದಾದರೆ, ಇದು ಯಾರು ಹೇಳಿದರು? ಶಾಸ್ತ್ರವಂತೂ ಹೀಗೆ ಹೇಳುವುದಿಲ್ಲ.

# 5

# ಬೌದ್ಧಧರ್ಮ ಹಾಗೂ ಸಮಲೈಂಗಿಕತೆ

**ಅಂಕಿತ:** ದೇವದತ್ತರೇ, ನಾವೀಗ ಹಿಂದು ಧರ್ಮ ಕುರಿತು ಮಾತಾಡಿದ್ದೇವೆ. ಇದಲ್ಲದೆ ಭಾರತದ ಅನ್ಯ ಧರ್ಮಗಳ ಕುರಿತೂ ಮಾತಾಡೋಣ. ಮೊದಲಿಗೆ – ಬೌದ್ಧ ಧರ್ಮ ಹಾಗೂ ಹಿಂದೂ ಧರ್ಮಗಳಲ್ಲಿ ಅಂತರವೇನು?

## ಬೌದ್ಧ ಧರ್ಮದ ಮುಖ್ಯ ವಿಚಾರಗಳು

**ದೇವದತ್ತ:** ಬೌದ್ಧ ಧರ್ಮದಲ್ಲಿ 'ಧರ್ಮ' ಶಬ್ದದ ಪ್ರಯೋಗವಿಲ್ಲ. ಅಲ್ಲಿ 'ಧಮ್ಮ' ಶಬ್ದ ಪ್ರಯೋಗವಿದೆ. 'ಧಮ್ಮ' ಶಬ್ದವು ಪಾಲಿ ಭಾಷೆಯಲ್ಲಿದೆ. ಅದಕ್ಕೆ ಸಂಸ್ಕೃತದಲ್ಲಿ ಧರ್ಮ ಎಂದು ಕರೆಯುತ್ತಾರೆ.

2500 ವರ್ಷಗಳ ಹಿಂದೆ ಸಿದ್ಧಾರ್ಥ ಗೌತಮ ಎಂಬ ಹೆಸರಿನ ರಾಜಕುಮಾರನಿದ್ದ. ಅವನು

ತನ್ನ ಸುತ್ತಮುತ್ತ ಸಾವು ಕಂಡಿದ್ದ, ಜನ ವೃದ್ಧರಾಗುವುದು ಕಂಡಿದ್ದ, ರೋಗರುಜಿನಗಳು ಕಂಡಿದ್ದ, ಒಟ್ಟೂ ಸಮಾಜದಲ್ಲಿ ನೋವು ತುಂಬಿಕೊಂಡಿದ್ದು ಗಮನಿಸಿದ್ದ. ಇದನ್ನು ಕಂಡು ಅವನಿಗೆ ತೀವ್ರ ದುಃಖವಾಯಿತು. ದುಃಖದಿಂದ ಮುಕ್ತಿ ಪಡೆಯಲು ಆತ ಮನೆಮಾರು ತ್ಯಜಿಸಿದ, ರಾಜ್ಯ ಹಾಗೂ ಮನೆ ತ್ಯಜಿಸಿ ಕಾಡಿಗೆ ಹೋದ. ಅಲ್ಲಿ ಏಕಾಂಗಿಯಾಗಿ ತಪಸ್ಸು ಮಾಡಿದ. ಋಷಿಮುನಿಗಳ ಜೊತೆಗಿದ್ದು, ಸಾಧನೆ ಮಾಡಿದ.

ಸಾಧನೆಯಿಂದ ನಿರ್ವಾಣ ಪಡೆದು ಬುದ್ಧನಾದ. ಆಶೆಯೇ ದುಃಖಕ್ಕೆ ಮೂಲ ಕಾರಣ ಎಂದು ಕಂಡುಕೊಂಡ. ಜೀವನವೇ ಹಸಿವು, ತೃಷ್ಣಾ ಹಾಗೂ ಆಶೆಗಳಿಗೆ ಜನ್ಮ ಕೊಡುತ್ತದೆ. ಇವು ಇದ್ದಲ್ಲಿ ದುಃಖ ಇರುತ್ತದೆ. ಬುದ್ಧನು ಧಮ್ಮದ ಮಾರ್ಗ, ಅಂದರೆ ಧಮ್ಮಪದ ಅಂದರೆ ದುಃಖದಿಂದ ಮುಕ್ತಿಯ ಮಾರ್ಗ ರೂಪಿಸಿದ ಹಾಗೂ ಜನರ ನಡುವೆ ಇದನ್ನು ಪ್ರಚಾರ ಮಾಡಿದ.

ನಾಲ್ಕು ದಿಕ್ಕುಗಳಿಗೆ ಹೋಗಿ ಅಲ್ಲಿ ಸಂಘ ಹಾಗೂ ಬುದ್ಧ ವಿಹಾರ ಸ್ಥಾಪಿಸಿದ. ಅಲ್ಲಿ ಭಿಕ್ಕು ಹಾಗೂ ಭಿಕ್ಕುಣಿಯರು ಜೀವನದ ಜಂಜಾಟದಲ್ಲಿ ಸಿಕ್ಕಿಹಾಕಿಕೊಂಡಿರುವವರೆಗೆ ದುಃಖ ಇದ್ದೇ ಇದೆ. ಹೀಗೆ ಬೌದ್ಧ ಧಮ್ಮವು ವೈರಾಗ್ಯ ಮಾರ್ಗ, ಅರ್ಥಾತ್ ತ್ಯಾಗ ಮಾರ್ಗ, ಸನ್ಯಾಸ ಮಾರ್ಗ ಮತ್ತು ನಿವೃತ್ತಿಯ ಮಾರ್ಗಕ್ಕೆ ಮಹತ್ವ ಕೊಡುತ್ತದೆ.

## ಬೌದ್ಧ ಧರ್ಮ ಹಾಗೂ ಹಿಂದೂ ಧರ್ಮಗಳಲ್ಲಿ ದ್ವಂದ್ವ

ಈ ಕಾರಣಗಳಿಂದಾಗಿ ಬೌದ್ಧ ಧರ್ಮ ಹಾಗೂ ಹಿಂದೂ ಧರ್ಮಗಳಲ್ಲಿ ಒತ್ತಡಗಳು ಹೆಚ್ಚಾದವು. ಬೌದ್ಧ ಧರ್ಮದ ಪ್ರಕಾರ ಗೃಹಸ್ಥಜೀವನ ತ್ಯಜಿಸಿ ವೈರಾಗ್ಯ ಜೀವನವನ್ನು ಸ್ವೀಕರಿಸಿ ಜೀವನದಲ್ಲಿ ಸುಖ ಪಡೆಯಬಹುದು. ಧಮ್ಮ ಪದದ ಮೂಲಕ ಭಿಕ್ಕುಗಳು ಈ ವಿಚಾರಧಾರೆಯ ಪ್ರಚಾರ ಜನರಲ್ಲಿ ಮಾಡಿದರು.

ಮತ್ತೊಂದೆಡೆಗೆ ಬ್ರಾಹ್ಮಣರು ಧರ್ಮಶಾಸ್ತ್ರಗಳನ್ನು ನಿರ್ಮಿಸಿದರು. ಧರ್ಮಶಾಸ್ತ್ರದ ಪ್ರಕಾರ ನೀವು ಗೃಹಸ್ಥರಾಗಿದ್ದೂ ಸುಖ ಪಡೆಯಬಹುದು, ವಾನಪ್ರಸ್ಥದ ಅವಶ್ಯಕತೆ ಇಲ್ಲ. ಗೃಹಸ್ಥ ಜೀವನವನ್ನು ಜೀವಿಸಿದ ನಂತರ ನೀವು ಮೊದಲು ನಿವೃತ್ತಿ ಹಾಗೂ ನಂತರ ಸನ್ಯಾಸ ಸ್ವೀಕರಿಸಬಹುದು. ಗೃಹಸ್ಥ ಜೀವನದಲ್ಲಿ ತಮ್ಮ ಕರ್ತವ್ಯಗಳು ಪೂರೈಸದೆ ನೀವು ವೈರಾಗ್ಯ ಸಾಧಿಸುವುದು ಸಾಧ್ಯವಿಲ್ಲ. ಬೌದ್ಧ ಧರ್ಮ ಹಾಗೂ ಹಿಂದೂ ಧರ್ಮದಲ್ಲಿನ ಮೊದಲ ವ್ಯತ್ಯಾಸವೇ ಹೀಗೆ ಕಂಡು ಬರುತ್ತದೆ. ಬೌದ್ಧ ಧರ್ಮಕ್ಕೆ ನಾವು ಶ್ರಮಣ ಪರಂಪರೆ ಅಥವಾ ವಿರಾಗಿಗಳ ಪರಂಪರೆ ಎಂದೂ ಕರೆಯಬಹುದು. ಹಿಂದೂ ಧರ್ಮವನ್ನು ಸಾಂಸಾರಿಕ ಪರಂಪರೆ ಎಂದೂ

ಕರೆಯಬಹುದು. ಆದ ಕಾರಣ ಹಿಂದೂ ಧರ್ಮದಲ್ಲಿ ಶಿವ ಹಾಗೂ ಶ್ರೀರಾಮ ಹಾಗೂ ಇನ್ನುಳಿದ ದೇವತೆಗಳೂ ವಿವಾಹಿತರಾಗಿದ್ದಾರೆ.

## ಬೌದ್ಧ ಧರ್ಮ ಹಾಗೂ ಹಿಂದೂ ಧರ್ಮಗಳಲ್ಲಿ ವ್ಯತ್ಯಾಸ

ಬೌದ್ಧ ವಿಹಾರಗಳಲ್ಲಿ ಭಿಕ್ಕು ಹಾಗೂ ಭಿಕ್ಕುಣಿಯರು ಧ್ಯಾನ ಮಾಡುತ್ತಾರೆ ಹಾಗೂ ಮೌನ ಆಚರಿಸುತ್ತಾರೆ. ಇನ್ನೊಂದೆಡೆಗೆ ಮಂದಿರಗಳಲ್ಲಿ ಆರತಿ ಬೆಳಗಿಸುತ್ತಾರೆ. ಉಪಾಸನೆ ಹಾಗೂ ನೈವೇದ್ಯ ಕೊಡಲಾಗುತ್ತದೆ. ಇಲ್ಲಿ ಭೋಗ ಸುಖದ ವಸ್ತುಗಳ ಮಾತುಕತೆ ನಡೆಯುತ್ತದೆ. ಮಂದಿರಗಳಲ್ಲಿ ಹೂ, ಕಾಯಿ, ಕರ್ಪೂರ, ಧೂಪದೀಪಗಳ ಸಂಬಂಧದ ಪೂಜೆ ಅರ್ಚನೆಗಳ ವಾತಾವರಣವಿರುತ್ತದೆ. ಅಲ್ಲಿ ನೃತ್ಯ ಸಂಗೀತದ ಅನುಭವವೂ ಸಿಗುತ್ತದೆ. ಮಂದಿರದ ವಾತಾವರಣವೂ ಗೃಹಸ್ಥ ವಾತಾವರಣದಂತೆ ಇರುತ್ತದೆ. ಅದನ್ನು ನಾವು ಪ್ರವೃತ್ತಿ ಮಾರ್ಗವೆಂದೂ, ಬೌದ್ಧ ಪರಂಪರೆಯನ್ನು ನಿವೃತ್ತಿ ಹಾಗೂ ವೈರಾಗ್ಯದ ಮಾರ್ಗವೆಂದೂ ಕರೆಯಬಹುದು. ಇದು ಎರಡೂ ಧರ್ಮಗಳ ನಡುವಿನ ಮೊದಲ ಪ್ರಮುಖ ವ್ಯತ್ಯಾಸವಾಗಿದೆ.

ಹಿಂದೂ ಧರ್ಮದ ಎದುರಲ್ಲಿರುವ ಬೌದ್ಧ ಧರ್ಮದಲ್ಲಿ ಆತ್ಮ, ಪರಮಾತ್ಮಾ ಹಾಗೂ ಜೀವಾತ್ಮಗಳ ನಂಬಿಕೆಗಳಿಲ್ಲ. ಬೌದ್ಧ ಧರ್ಮದ ಪ್ರಕಾರ ತಾವು ಸರ್ವತ್ಯಾಗಗಳಿಂದ ನಿರ್ವಾಣ ಪಡೆಯಬಹುದು. ಈ ಸ್ಥಿತಿಯಲ್ಲಿ ತಮ್ಮ ಅಸ್ತಿತ್ವ ಶೂನ್ಯವಾಗಿರುತ್ತದೆ. ಇದನ್ನು ಅನತ್ಯ/ಅನಿತ್ಯ ಭಾವ ಎಂದು ಕರೆಯಲಾಗುತ್ತದೆ. ಮನುಷ್ಯನು ಈ ಭಾವದಲ್ಲಿ ಪ್ರವೇಶಿಸಿದಾಗ ಅದನ್ನು ನಿರ್ವಾಣ ಎಂದು ಕರೆಯಲಾಗುತ್ತದೆ. ಆದರೆ ಹಿಂದೂ ಧರ್ಮದಲ್ಲಿ ಮೋಕ್ಷದ ಸ್ಥಿತಿಯಲ್ಲಿ ಆತ್ಮವು ಪರಮಾತ್ಮನಲ್ಲಿ ಲೀನವಾಗಿಬಿಡುತ್ತದೆ. ನಾವು ನಿರ್ವಾಣದ ಮಾತು ಆಡುತ್ತೇವೆ ಎಂದಾದರೆ ಅಲ್ಲಿನ ಅರ್ಥ ಅಸ್ತಿತ್ವರಹಿತವಾಗುವುದು, ಏನೂ ಇರದೇ ಇರುವುದು. ಮೋಕ್ಷದ ಅರ್ಥವೆಂದರೆ ಪರಮಾತ್ಮನಲ್ಲಿ ಲೀನವಾಗುವುದು. ಇದು ಎರಡನೆಯ ಮೂಲ ವ್ಯತ್ಯಾಸವಾಗಿದೆ. ಬೌದ್ಧ ಧರ್ಮ ಹಾಗೂ ಹಿಂದೂ ಧರ್ಮಗಳಲ್ಲಿ ಹಿಂದೂ ಧರ್ಮದಂತೆಯೇ ಬೌದ್ಧ ಧರ್ಮದಲ್ಲಿಯೂ ವಿವಿಧ ಪರಂಪರೆಗಳಿವೆ. ಶ್ರೀಲಂಕಾ, ಮ್ಯಾನ್ಮಾರ್ ಹಾಗೂ ದಕ್ಷಿಣ ಪೂರ್ವ ಏಷ್ಯಾದ ಕೆಲವು ದೇಶಗಳಲ್ಲಿ ಬೌದ್ಧ ಧರ್ಮದ ಥೇರವಾದ ರೂಪ ಪ್ರಚಲಿತವಾಗಿದೆ. ಇದರಲ್ಲಿ ಧ್ಯಾನಕ್ಕೆ ಹೆಚ್ಚು ಮಹತ್ವ ಕೊಡಲಾಗುತ್ತದೆ. ನೇಪಾಳ ಹಾಗೂ ಟಿಬೆಟ್‌ಗಳಲ್ಲಿ ಬೌದ್ಧ ಧರ್ಮದ ಮಹಾಯಾನ ಹಾಗೂ ವಜ್ರಯಾನ ರೂಪಗಳ ಪ್ರಚಾರವಾಯಿತು. ಇಲ್ಲಿ ಕರುಣಾಭಾವಕ್ಕೆ ಹೆಚ್ಚು ಮಹತ್ವ ಕೊಡಲಾಗಿದೆ. ಚೀನ ಹಾಗೂ ಜಪಾನ್‌ಗಳಲ್ಲಿ ಬೌದ್ಧ ಧರ್ಮದ ಮಹಾಯಾನ ರೂಪಗಳ ಪ್ರಚಾರವಿದೆ. ಥೇರವಾದದಲ್ಲಿ ಒಬ್ಬನೇ ಬುದ್ಧ ಇರುವ ನಂಬಿಕೆ ಇದೆ. ಅದು ಐತಿಹಾಸಿಕ ಬುದ್ಧ. ಆದರೆ ವಜ್ರಯಾನ ಮತ್ತು ಮಹಾಯಾನ

ಬುದ್ಧ ಧರ್ಮಗಳಲ್ಲಿ ಹಲವು ಬೋಧಿತತ್ವವಿರುವ ಧೋರಣೆಯಲ್ಲಿ ನಂಬಿಕೆ ಇದೆ. ಇಲ್ಲಿ ಕರುಣೆ ಇದೆ. ನಮ್ಮ ಸಹಾಯಕ್ಕೆ ಬೋಧಿಸತ್ವ ಬರುತ್ತಾನೆ. ನಾವು ಅವನನ್ನು ಪೂಜಿಸಬಹುದು, ನಮ್ಮ ಜೀವನದಲ್ಲಿ ಪ್ರವೇಶಿಸಿ ನಮ್ಮ ಸಹಾಯ ಮಾಡುತ್ತಾನೆ. ಮಹಾಯಾನ ಬೌದ್ಧ ಧರ್ಮ ಮಾರ್ಗದಲ್ಲಿ ತಾರಾದೇವಿಯ ಕರುಣಾಮೂರ್ತಿ ರೂಪದ ಪ್ರಸ್ತಾಪವಿದೆ. ಹೀಗೆ ಇಲ್ಲಿ ಬೌದ್ಧ ಧರ್ಮದ ವಿವಿಧ ವಿಚಾರಧಾರೆಗಳಿವೆ.

## ಬೌದ್ಧ ಧರ್ಮದಲ್ಲಿ ಸಮಲೈಂಗಿಕತೆ

**ಅಂಕಿತ:** ದೇವದತ್ತರೇ ನನ್ನ ಸ್ನೇಹಿತೆಯೊಬ್ಬಳು ಲೆಸ್ಬಿಯನ್ ಆಗಿದ್ದಾಳೆ ಹಾಗೂ ಬೌದ್ಧಳಾಗಿದ್ದಾಳೆ. ಅವಳ ಪ್ರಶ್ನೆ ಎಂದರೆ ಬೌದ್ಧ ಧರ್ಮದಲ್ಲಿ ಸಮಲೈಂಗಿಕತೆ ಇದೆಯೇ?

**ದೇವದತ್ತ:** ಹೌದು ಬೌದ್ಧ ಧರ್ಮದಲ್ಲಿ ಸಮಲೈಂಗಿಕತೆ ಇದೆ. 'ವಿನಯಪಿಟಕ' ಎಂಬ ಒಂದು ಬೌದ್ಧ ಗ್ರಂಥವಿದೆ. ಅದು 2000–2500 ವರ್ಷಗಳ ಹಿಂದೆ ಪಾಲಿ ಭಾಷೆಯಲ್ಲಿ ರಚನೆಗೊಂಡಿದೆ. 'ತ್ರಿಪಿಟಕ'ವೂ ಬೌದ್ಧರ ಪ್ರಸಿದ್ಧ ಗ್ರಂಥವಾಗಿದೆ. ಬೌದ್ಧರ ಮೂರು ಗ್ರಂಥಗಳಿವೆ. ವಿನಯಪಿಟಕ್‌ದಲ್ಲಿ ಬೌದ್ಧ ಭಿಕ್ಕುಗಳು ವಿಹಾರದಲ್ಲಿ ಹೇಗಿರಬೇಕು? ಎಂಬ ನೀತಿ ನಿಯಮಗಳು ಹೇಳಲಾಗಿದೆ. ಕೆಲ ನಿಯಮಗಳು ಅವರು ಲೈಂಗಿಕ ಸಂಬಂಧಗಳಿಂದ ದೂರವಿರಬೇಕೆಂದೂ, ಸ್ತ್ರೀಯರಿಂದ ದೂರ ಇರಬೇಕೆಂದೂ ಹೇಳುತ್ತವೆ. ಸ್ತ್ರೀಯರು ಭಿಕ್ಕುಗಳಿಗೆ ಸಾಧನೆಯ ಮಾರ್ಗದಲ್ಲಿ ದಾರಿ ತಪ್ಪಿಸುತ್ತಾರೆ ಎಂದು ನಂಬುತ್ತಾರೆ. ಕಾರಣ ಅವರು ಸ್ತ್ರೀಯರನ್ನು ಅಪ್ಸರೆಯಂತೆ ಕಾಣುತ್ತಾರೆ ಹಾಗೂ ಸ್ತ್ರೀಯರಿಂದ ಭಯಬೀಳುತ್ತಾರೆ.

'ಧಮ್ಮಪದ'ದಲ್ಲಿ ಸೋರಯ್ಯ ಎಂಬ ಹೆಸರಿನ ಪುರುಷನ ಕುರಿತು ಮಾಹಿತಿ ಇದೆ. ಅವನು ಪರ ಪುರುಷನಿಂದ ಮೋಹಿತನಾಗಿ ಸ್ತ್ರೀರೂಪ ಧರಿಸುತ್ತಾನೆ. 'ತ್ರಿಪಿಟಕ'ದಲ್ಲಿ ಬೇರೆ ರೀತಿಯ ಟ್ರಾನ್ಸ್‌ಜೆಂಡರ್ ಜನರ ಪ್ರಸ್ತಾಪವಿದೆ. ಬೇರೆ ಬೌದ್ಧ ಗ್ರಂಥಗಳಲ್ಲಿ 'ಪಂಡಕ'ರ ಪ್ರಸ್ತಾಪವಿದೆ. ಪಂಡಕನು ಎಂತಹ ಪುರುಷನೆಂದರೆ, ಅವನು ವಿಹಾರದಲ್ಲಿದ್ದು ಅನ್ಯ ಪುರುಷರೊಡನೆ ಕಾಮಭಾವನೆ ಹೊಂದಿದ್ದ. ಲೈಂಗಿಕ ಕ್ರಿಯೆ ನಡೆಸಿದ್ದ ಅರ್ಥಾತ್ ಅವನೊಬ್ಬ ಸಮಲೈಂಗಿಕ ವ್ಯಕ್ತಿಯಾಗಿದ್ದನು. ಬೌದ್ಧ ಗ್ರಂಥಗಳು ಪಂಡಕರಿಗೆ ಬೌದ್ಧ ವಿಹಾರದಲ್ಲಿ ದೀಕ್ಷೆ ಕೊಡಲಾಗದು ಎಂದು ಹೇಳುತ್ತದೆ.

ಬೌದ್ಧ ಧರ್ಮದ ಕೆಲವು ಇತಿಹಾಸಕಾರರ ಪ್ರಕಾರ 13ನೇ ಶತಮಾನದಿಂದ 19ನೇ ಶತಮಾನದ ಕೊನೆವರೆಗೆ ಜಪಾನಿನ ಬೌದ್ಧ ವಿಹಾರಗಳಲ್ಲಿ ಸಮಲೈಂಗಿಕತೆಗೆ ಸ್ವೀಕೃತಿ ಇತ್ತು. ಈ ಮುಕ್ತ ವಾತಾವರಣದಲ್ಲಿ ಭಿಕ್ಕುಗಳ ಮಧ್ಯೆ ಲೈಂಗಿಕ

ಸಂಬಂಧಗಳ ಕುರಿತು ಕಥೆಗಳು ರಚನೆಗೊಂಡವು. ಇಂಥ ಕಥೆಯೊಂದರ ಮೂಲಕ ಅನಿತ್ಯಭಾವ ಕುರಿತು ತಿಳಿಹೇಳಲಾಗಿದೆ.

ಬೌದ್ಧ ಧರ್ಮದಲ್ಲಿ ಯಾರು ಭಿಕ್ಕು ಆಗಬಹುದು, ಯಾರಿಗೆ ದೀಕ್ಷೆ ಕೊಡಬಹುದು ಹಾಗೂ ಯಾರು ಬುದ್ಧನಿಗೆ ಶರಣಾಗಬೇಕು ಎಂಬ ನಿಯಮಗಳು ಬೌದ್ಧ ಗ್ರಂಥಗಳಲ್ಲಿ ಹೇಳಲಾಗಿರುತ್ತವೆ. ವಿಹಾರ ವಾಸಿಗಳಿಗೆ ಬಹಳ ನಿಯಮಗಳಿರುತ್ತವೆ. ನಿಯಮಗಳನ್ನು ಇದರಿಂದ ಸ್ಪಷ್ಟವಾಗುತ್ತವೆ. ಅಲ್ಲಿ ಗೇ ವ್ಯಕ್ತಿಗೆ ವಿಹಾರದಲ್ಲಿ ಪ್ರವೇಶ ಸಿಗುವುದಿಲ್ಲ. ಲೆಸ್ಬಿಯನ್ ಸ್ತ್ರೀಗೂ ವಿಹಾರ ಪ್ರವೇಶ ನಿಷಿದ್ಧವಾಗಿದೆ. ಬೌದ್ಧ ಧರ್ಮದಲ್ಲಿ ಈ ನಿಯಮ ಅರಿತು ಕೆಡುಕೆನಿಸುತ್ತದೆ. ಸಲಿಂಗಕಾಮಿ ವ್ಯಕ್ತಿಗಳಿಗೆ ವಿಹಾರದಲ್ಲಿ ಪ್ರವೇಶಕ್ಕೆ ಅವಕಾಶ ಇರಲಿಲ್ಲ ಹಾಗೂ ಅವರಿಗೆ ದೀಕ್ಷೆಯನ್ನು ಕೊಡಲಾಗುತ್ತಿರಲಿಲ್ಲ. ಬೌದ್ಧರ ನಂಬಿಕೆ ಎಂದರೆ ಸ್ತ್ರೀಯರಲ್ಲಿ ಪುರುಷರಿಗಿಂತ ಹೆಚ್ಚು ಕಾಮವಾಸನೆ ಇರುತ್ತದೆ ಮತ್ತು ಅವರಿಗಿಂತ ಹೆಚ್ಚು ಕಾಮವಾಸನೆ ನಪುಂಸಕರಲ್ಲಿ ಇರುತ್ತದೆ. ಅರ್ಥಾತ್ ತೃತೀಯ ಪ್ರಕೃತಿಯವರಲ್ಲಿ. ಆದ್ದರಿಂದ ಅವರು ಭಿಕ್ಕು ಅಥವಾ ಭಿಕ್ಕುಣಿಯರಾಗಲು ಅರ್ಹರಲ್ಲ. ಕಾಮವಾಸನೆಯು ವಿಹಾರದ ಹೊರಗೆ ಇರಲಿ. ಸಮಲೈಂಗಿಕತೆ ಇರಲಿ ಅಥವಾ ವಿಷಮಲೈಂಗಿಕತೆಗಳಲ್ಲಿ ಯಾವ ವ್ಯತ್ಯಾಸವೂ ಇಲ್ಲ. ಎರಡೂ ನಮಗೆ ಜೀವನದ ದುಃಖ ಕೊಡುತ್ತವೆ. ಈ ಎರಡರ ಕಾಣರದಿಂದಲೂ ನಮಗೆ ನಿರ್ವಾಣ ಪ್ರಾಪ್ತಿ ಆಗದು. ಎರಡೂ ನಮಗೆ ಇಂದ್ರಿಯ ಜಾಲದಲ್ಲಿ ಸಿಕ್ಕಿಸುತ್ತವೆ. ಕಾಲಸಂದರ್ಭದಂತೆ ಹಸ್ತಮೈಥುನವೂ ಸೇರಿಸಿ ಎಲ್ಲ ಪ್ರಕಾರದ ಲೈಂಗಿಕ ಕ್ರಿಯೆಗಳನ್ನು ನಿರಾಕರಿಸಲಾಗಿದೆ.

ಮಹಾಯಾನ ಬೌದ್ಧಧರ್ಮದಲ್ಲಿ ಕರುಣಾಭಾವಕ್ಕೆ ಬಹಳ ಮಹತ್ವ ಕೊಡಲಾಗಿದೆ. ಕಂಪ್ಯಾಶನ್ ಎಂದು ಕರೆಯುತ್ತೇವಲ್ಲ! ಬುದ್ಧರಾಗಲು ಕರುಣಾಮಯಿ ಆಗಿರವುದು ಅವಶ್ಯಕವಾಗಿದೆ. ಒಂದು ವೇಳೆ ಒಬ್ಬ ಸಮಲೈಂಗಿಕ ಸ್ತ್ರೀ ಬುದ್ಧನ ಹತ್ತಿರ ಹೋದರೆ ಅವಳಲ್ಲಿ ಕರುಣಾಭಾವ ಜಾಗೃತವಾಗುತ್ತಿತ್ತು ಹಾಗೂ ನೀನು ಏನಾಗಿರುವಿ ಅದುವೇ ನೀನು, ಅದು ನಿನ್ನ ಸ್ವಭಾವವಾಗಿದೆ ಎಂದು ಅಂದುಕೊಳ್ಳುತ್ತಿದ್ದಳು. ಇದು ನಿನ್ನ ಕರ್ಮವಾಗಿದೆ, ಇದರ ಮೇಲೆ ನಿನ್ನ ಹಿಡಿತ ಇಲ್ಲ. ಬೌದ್ಧ ಧರ್ಮದಲ್ಲಿ ಪಂಡಕರು ಹಾಗೂ ಸ್ತ್ರೀ ಸಮಲೈಂಗಿಕತೆಗಳ ಕುರಿತು ಕೇಳಲು ದೊರೆಯುತ್ತದೆ. ಆದರೆ ನಕಾರಾತ್ಮಕ ರೂಪದಲ್ಲಿಯೇ. ಏಕೆಂದರೆ ಕಥೆಗಳಲ್ಲಿ ಅವರಿಗೆ ಯಾವಾಗಲೂ ವಿಹಾರಗಳಿಂದ ಹೊರಗಿಟ್ಟು ನೋಡಲಾಗಿದೆ.

ಆದರೆ ಈ ಕಥೆಗಳಲ್ಲಿ ಪ್ರೇಮ ಕುರಿತು ಬಹಳಷ್ಟು ಮಾತಾಡಲಾಗಿದೆ. ಒಬ್ಬ ಭಿಕ್ಕುವಿನ ಕಥೆ ಹೀಗಿದೆ, ಅವನು ವಿಹಾರದಿಂದ ಹೊರಗೆ ಹೋದಾಗ ಆತನ ಗುರು ಅನಾರೋಗ್ಯಪೀಡಿತನಾಗುತ್ತಾನೆ. ಅವನ ಶಿಷ್ಯ ಹಿಂತಿರುಗಿ ಬರುವವರೆಗೆ ಅವನ ಆರೋಗ್ಯ ಸುಧಾರಿಸುವುದಿಲ್ಲ. ಅವನ ಶಿಷ್ಯ ಹಿಂತಿರುಗಿ ಬಂದ ಕೂಡಲೇ

ಅವನು ಖುಷಿಯಾಗುತ್ತಾನೆ ಹಾಗೂ ಅವನ ಆರೋಗ್ಯ ಸುಧಾರಿಸುತ್ತದೆ. ಇದಕ್ಕೆ ಏನೆಂದು ಹೇಳುವುದು? ಈ ಕಥೆಯು ಇಬ್ಬರು ಪುರುಷರ ಪ್ರೇಮ ಕುರಿತು ಮಾತಾಡುತ್ತದೆ. ಇಂತಹ ಹಲವು ಕಥೆಗಳು ದೊರೆಯುತ್ತವೆ.

ನಾರದ ಜಾತಕದಲ್ಲಿ ಹೀಗೆ ಹೇಳಲಾಗಿದೆ; ನೀನು ಪಾಪ ಎಸಗಿದರೆ ನಿನಗೆ ಪಶುಜನ್ಮ ದೊರೆಯುತ್ತದೆ. ಕರ್ಮದ ಋಣ ತೀರುತ್ತ ಬಂದಂತೆ ನೀನು ನಪುಂಸಕ ಕೂಡ ಪಡೆಯುವಿ. ಮುಂದೆ ಸ್ತ್ರೀರೂಪ ಪಡೆಯುವಿ. ಕೊನೆಗೆ ಪುರುಷನ ರೂಪ ಪಡೆಯುವಿ. ಇದರರ್ಥ ನಪುಂಸಕ ರೂಪಕ್ಕೂ ಒಂದು ಸ್ಥಾನವಿದೆ. ಬಹಳ ಎತ್ತರದ ಸ್ಥಾನವಲ್ಲದಿದ್ದರೂ, ಒಂದು ಸ್ಥಾನವಂತೂ ಇದೆ.

**ಅಂಕಿತ:** ದೇವದತ್ತ ಪಟ್ಟನಾಯಕರೇ ತಾವೇ ಹೇಳಿದಂತೆ ಅವರಲ್ಲಿ ಆತ್ಮದ ಪರಿಕಲ್ಪನೆಯೇ ಇಲ್ಲವೆಂದ ಮೇಲೆ ಪುನರ್‌ಜನ್ಮ ಹೇಗಾದೀತು?

**ದೇವದತ್ತ:** ಇದೊಂದು ದೊಡ್ಡ ಆಧ್ಯಾತ್ಮಿಕ ವಿಚಾರವೇ ಆಗಿದೆ. ಬ್ರಾಹ್ಮಣರು ಹಾಗೂ ಬುದ್ಧಿಜೀವಿಗಳಲ್ಲಿ ಈ ಕುರಿತು ಜಗಳಗಳೇ ಇವೆ. ಆದರೆ ಇಂತಹ ಕಥೆಗಳು ಇದ್ದೇ ಇವೆ.

## ಬೌದ್ಧ ಧರ್ಮವು ಸಮಲೈಂಗಿಕತೆಯನ್ನು ಸ್ವೀಕರಿಸುವುದೆ?

ಇಂದಿನ ಸಂದರ್ಭದಲ್ಲಿ ನೋಡುವುದಾದರೆ, ಮುಖ್ಯವಾಗಿ ಧರ್ಮವನ್ನು ಸದಾಕಾಲ ಸಮಲೈಂಗಿಕತೆಯ ವೈರಿ ಎಂದು ಭಾವಿಸಲಾಗಿದೆ. ಸಮಕಾಲೀನ ಸಂದರ್ಭದಲ್ಲಿ ಧರ್ಮವನ್ನು ಸಮಲೈಂಗಿಕತೆಯನ್ನು ಧರ್ಮದ ಮಿತ್ರ ಎಂದು ನೋಡುವ ಅವಶ್ಯಕತೆ ಇದೆ. ಬೌದ್ಧ ಧರ್ಮವನ್ನು ನಾವು ಸಮಲೈಂಗಿಕತೆಯ ಮಿತ್ರನಾಗಿ ಸ್ವೀಕರಿಸಬಹುದೆ? ಹೌದು ಎಂದಾದರೆ ಅದು ಹೇಗೆ?

**ದೇವದತ್ತ:** ಧರ್ಮವನ್ನು ಲೈಂಗಿಕತೆಯ ವೈರಿಯಾಗಿ ನೋಡುವ ಪರಂಪರೆ ಮುಖ್ಯವಾಗಿ ರೋಮನ್ ಕೆಥೊಲಿಕ್ ಚರ್ಚ್‌ನಿಂದ ಪ್ರಾರಂಭವಾಯಿತು. ಯಾಕೆಂದರೆ ಕ್ರಿಶ್ಚಿಯನ್ ಧರ್ಮವು ಚರ್ಚಿನ ನಿರ್ಮಾಣ ಮಾಡಿದಾಗ, ಅವರೆಂದರು, ಸಂಭೋಗವು ಪಾಪ. ಲೈಂಗಿಕ ಸಂಬಂಧ ಅದು ಹಾಗೂ ಕಾಮವಾಸನೆಯು ಪಾಪವಾಗಿದೆ. ಈ ವಿಚಾರವು ಇಡೀ ವಿಶ್ವದ ಧರ್ಮಗಳಲ್ಲಿ ಎಲ್ಲಿಯೂ ಇಲ್ಲ. ಕೇವಲ ಚರ್ಚಿನಲ್ಲಿ ಮಾತ್ರ ಇದೆ. ಇಡೀ ವಿಶ್ವದಲ್ಲಿ ಯುರೋಪಿಯನ್ ಸಾಮ್ರಾಜ್ಯವಿತ್ತಾದ್ದರಿಂದ ಚರ್ಚಿನ ನಂಬಿಕೆಗಳು ವಿಶ್ವದೆಲ್ಲೆಡೆ ತಮ್ಮ ಸ್ಥಾನ ಪಡೆದುಕೊಂಡವು ಈಗ ಎಲ್ಲರಿಗೂ ಧರ್ಮಗಳು ಲೈಂಗಿಕ ಸಂಬಂಧದ ವಿರೋಧಿಗಳಾಗಿವೆ ಎಂದು ಅನಿಸುತ್ತದೆ. ಇತಿಹಾಸ ಓದಿದರೆ ಎಲ್ಲ ದೇಶಗಳಲ್ಲಿ ಹೀಗಿಲ್ಲ ಎಂದು ತಿಳಿದು ಬರುತ್ತದೆ.

ಹಿಂದೂ ಧರ್ಮದಲ್ಲಿದ್ದಂತೆ ಬೌದ್ಧ ಧರ್ಮದಲ್ಲಿಯೂ ಕರುಣಾ ಭಾವಕ್ಕೆ ಮಹತ್ವದ ಸ್ಥಾನವಿದೆ. ಬೌದ್ಧ ಧರ್ಮವು ಹೇಳುತ್ತದೆ, ಯಾವುದು ನಿನ್ನ ತಿಳುವಳಿಕೆಗೆ ನೆನಸುವುದಿಲ್ಲವೋ ಅದರ ಕುರಿತು ಕರುಣೆ ತೋರಬೇಕು. ನೀನು ಯಾವುದೇ ಸ್ಥಿತಿ ಅಥವಾ ವ್ಯಕ್ತಿಯ ಕುರಿತು ಕರುಣೆ ತೋರಲಿಲ್ಲವೆಂದರೆ, ನೀನು ಧಮ್ಮಪದ ಅಥವಾ ಧಮ್ಮ ಮಾರ್ಗದಲ್ಲಿ ನಡೆಯುತ್ತಿಲ್ಲವೆಂದೇ ಅರ್ಥ ಮತ್ತು ನಿನ್ನಿಂದ ನಿರ್ವಾಣವು ಸಾಧ್ಯವಿಲ್ಲ. ಹೀಗೆ ಕರುಣಾಭಾವದಿಂದ ನಾವು ಬೌದ್ಧ ಧರ್ಮವನ್ನು ಸಮಲೈಂಗಿಕತೆ ಹಾಗೂ ತೃತೀಯ ಪ್ರಕೃತಿಯ ಮಿತ್ರರಾಗಿ ಮಾಡಿಕೊಳ್ಳಬಹುದು. ಕರುಣ ಇಲ್ಲದಲ್ಲಿ ವೈರತ್ವ ಸಹಜವೇ ಆಗಿದೆ. ಬೌದ್ಧ ಧರ್ಮದ ಕೆಲ ಆಧುನಿಕ ನೇತಾರರು ಕೂಡ ಸಮಲೈಂಗಿಕತೆಯನ್ನೂ ಸ್ವೀಕರಿಸತೊಡಗಿದ್ದಾರೆ.

## ಸಂದರ್ಭ


1) ಜೈಕ್ಸ್‌ನ್‌ಪಿ.ಎ (1996), ನಾನ್‌ನಾರ್ಮೆಟಿವ್ ಸೆಕ್ಸ್/ಜೆಂಡರ್ ಕೆಟಗರೀಸ್ ಇನ್ ದ ಥೇರವಾದ ಬುದ್ಧಿಷ್ಟ ಸ್ಕ್ರಿಪ್ಚರ್ಸ್.

2) ಹಾರ್ವೆಪಿ (2000) ಎನ್ ಇಂಟ್ರೊಡಕ್ಕನ್ ಟು ಬುದ್ಧಿಷ್ಟ ಎಥಿಕ್ಸ್: ಫೌಂಡೇಶನ್ಸ್, ವ್ಯಾಲ್ಯೂಸ್ ಇಶ್ಯೂಸ್, ಕ್ಯಾಂಬ್ರಿಜ್ ಯುನಿವರ್ಸಿಟಿ ಪ್ರೆಸ್.

6

# ಜೈನಧರ್ಮ ಮತ್ತು ಸಮಲೈಂಗಿಕತೆ

## ಜೈನ ಧರ್ಮ ಮತ್ತು ಹಿಂದೂ ಧರ್ಮಗಳಲ್ಲಿ ವ್ಯತ್ಯಾಸ

**ಅಂಕಿತ:** ದೇವದತ್ತ ಅವರೇ, ಈಗ ನಾವು ಬೌದ್ಧ ಧರ್ಮದ ನಂತರ ಜೈನ ಧರ್ಮ ಕುರಿತು ಮಾತಾಡೋಣ. ಜೈನ ಧರ್ಮ ಹಾಗೂ ಹಿಂದೂ ಧರ್ಮಗಳಲ್ಲಿರುವ ವ್ಯತ್ಯಾಸವೇನು?

**ದೇವದತ್ತ:** ನೋಡಿ, ಜೈನಧರ್ಮದಲ್ಲಿ ಆತ್ಮದ ಪರಿಲ್ಪನೆ ಇದೆ. ಇಲ್ಲಿ ಪುನರ್‌ಜನ್ಮದಲ್ಲಿ ನಂಬಿಕೆ ಇದೆ. ಜೈನ ಧರ್ಮವು ಸನಾತನವಾಗಿದೆ. ಆದರೆ ಜೈನ ಧರ್ಮದಲ್ಲಿ ಭಗವಾನ್ ಅಥವಾ ಪರಮಾತ್ಮ ಯಾವ ಅಸ್ತಿತ್ವವೂ ಇಲ್ಲ. ಇಲ್ಲಿ ಗುರುಗಳಿದ್ದರೆ, ಅರಹಂತರು ಇದ್ದಾರೆ, ಇವರಿಗೆ ಮಹಾವೀರ ಎಂದು ಕರೆಯುತ್ತಾರೆ. ತೀರ್ಥಂಕರರಿರುತ್ತಾರೆ. ಅವರು ಸಂಸಾರದಿಂದ ಮುಕ್ತರಾಗಿರುತ್ತಾರೆ.

ಅವರಲ್ಲಿ ಕೈವಲ್ಯ ಜ್ಞಾನವಿದೆ. ಆದರೆ ಅವರನ್ನು ಭಗವಾನ ಎನ್ನಲಾಗದು. ಅವರು ಕೇವಲ ಗುರು ಆಗಿರುತ್ತಾರೆ. ಈ ಎರಡೂ ಧರ್ಮಗಳಲ್ಲಿ ಇರುವ ಈ ವ್ಯತ್ಯಾಸ ಪ್ರಮುಖವಾಗಿದೆ. ಜೈನಧರ್ಮದಲ್ಲಿ ಆತ್ಮದ ಪರಿಕಲ್ಪನೆ ಇದೆ. ಆದರೆ ಅದು ಕೇವಲ ಜೀವಾತ್ಮದ ಪರಿಕಲ್ಪನೆ ಮಾತ್ರ, ಪರಮಾತ್ಮನ ಕಲ್ಪನೆ ಇಲ್ಲ. ಇದು ಮೂಲ ವ್ಯತ್ಯಾಸವಾಗಿದೆ. ಬೌದ್ಧ ಧರ್ಮದಲ್ಲಿ ಧ್ಯಾನದ ಮೂಲಕ ನಿರ್ವಾಣ ಪ್ರಾಪ್ತಿ ಸಾಧ್ಯವಿದೆ. ಆದರೆ ಜೈನ ಧರ್ಮದಲ್ಲಿ ಮುಖ್ಯವಾಗಿ ವ್ರತದ ಮೂಲಕ, ಉಪವಾಸದ ಮೂಲಕ ಹಾಗೂ ಅಹಿಂಸಾ ಮಾರ್ಗದ ಮೂಲಕ ಕೈವಲ್ಯಜ್ಞಾನ ಪಡೆಯಬಹುದು. ಅವರ ನಂಬಿಕೆ ಎಂದರೆ, ನಮ್ಮ ಶರೀರವು ಕರ್ಮದ ಭಾರದಿಂದ ಕುಸಿದಿದೆ. ನಾವು ಉಪವಾಸ ಮಾಡಿದಾಗ ತ್ಯಾಗದ ಮಾರ್ಗದಲ್ಲಿ ನಡೆದಾಗ ಸಾವಕಾಶವಾಗಿ ಕರ್ಮದ ಋಣ ಕಡಿಮೆಯಾಗುತ್ತ ಹೋಗಿ ನಾವು ಸಿದ್ಧಲೋಕದೆಡೆಗೆ ಮುಂದುವರಿಯುತ್ತೇವೆ. ಕಾರಣ ಜೈನ ಧರ್ಮೀಯರು ಉಪವಾಸ ಆಚರಿಸುತ್ತಾರೆ ಹಾಗೂ ಅಹಿಂಸಾ ಮಾರ್ಗದಲ್ಲಿ ಸಾಧನೆಗೈಯುತ್ತಾರೆ.

## ಜೈನ ಧರ್ಮದಲ್ಲಿ ಸಮಲೈಂಗಿಕತೆ

**ಅಂಕಿತ:** ಜೈನಧರ್ಮ ಎಂಬ ಶಬ್ದ ಕೇಳಿದ ಕೂಡಲೆ ನಮ್ಮ ಮನಸಿನಲ್ಲಿ ತ್ಯಾಗ, ವೈರಾಗ್ಯದ ಸಾಧುಗಳ ಚಿತ್ರ ಮೂಡುತ್ತದೆ. ಅಂದರೆ ಸಂಸಾರ ತ್ಯಾಗದ ವಿಚಾರ ಸುಳಿಯುತ್ತದೆ. ಇಂಥದರಲ್ಲಿ ಸಮಲೈಂಗಿಕತೆ ಎಲ್ಲಿ ಬಂದೀತು?

**ದೇವದತ್ತ:** ನೋಡಿ, ಸಮಲೈಂಗಿಕತೆ ಎನ್ನುವುದು ಪ್ರಕೃತಿಯ ಒಂದು ಭಾಗವೇ ಆಗಿದೆ. ಜೈನ ಮುನಿಗಳು ಪ್ರಕೃತಿಯ ದರ್ಶನ ಮಾಡಿದಾಗ ಅವರಿಗೆ ಅನಿಸಿದ್ದೆಂದರೆ, ಅದರಲ್ಲಿ ಎಲ್ಲ ರೀತಿಯ ಕರ್ಮಗಳಿವೆ, ಎಲ್ಲ ರೀತಿಯ ಜೀವಜಂತುಗಳಿವೆ. ಪ್ರತಿಯೊಂದು ಜೀವಜಂತುವಿನ ಕರ್ಮ ಭಿನ್ನಭಿನ್ನವಾಗಿರುತ್ತದೆ. ಜೈನನಾಗಬೇಕೆಂದರೆ ಅಹಿಂಸೆಯ ಮಾರ್ಗ ಆಯ್ದುಕೊಳ್ಳಬೇಕಾಗುವುದು, ಬರಬರುತ್ತ ಆಶೆ, ವಾಸನೆ, ಹಸಿವು, ತೃಷ್ಣೆ ಎಲ್ಲವನ್ನೂ ತ್ಯಾಗ ಮಾಡಬೇಕಾಗುವುದು.

ಆದರೆ ಇದು ಒಂದು ಜನ್ಮದಲ್ಲಿ ಸಾಧ್ಯವಿಲ್ಲ. ಈ ಸಾಧನೆಗೆ ಹಲವು ಜನ್ಮಗಳು ಬೇಕಾಗಬಹುದು. ಜೈನ ಧರ್ಮೀಯರ ನಂಬಿಕೆ ಎಂದರೆ ಎಂಭತ್ನಾಲ್ಕು ಯೋನಿಗಳಲ್ಲಿ ಜನಿಸಿದ ನಂತರವೇ ತಾವು ತೀರ್ಥಂಕರರಾಗಲು ಸಾಧ್ಯ. ಅದು ಈ ಜನ್ಮದಲ್ಲಿ ಸಾಧ್ಯವಿಲ್ಲದಿದ್ದರೆ ಮುಂದಿನ ಜನ್ಮದಲ್ಲಿ ಅಥವಾ ಅದರ ಮುಂದಿನ ಜನ್ಮದಲ್ಲಿ ಸಾಧ್ಯವಾದೀತು. ಯಾರಿಗೂ ಅವಸರವಿಲ್ಲ. ತಾವು ನಪುಂಸಕರಿರಬಹುದು, ತೃತೀಯ ಪ್ರಕೃತಿಯವರಿರಬಹುದು, ಗೇ ಅಥವಾ ಲೆಸ್‌ಬಿಯನ್‌ರೇ ಇರಬಹುದು ಚಿಂತೆ ಇಲ್ಲ. ಅದು ನಿಮ್ಮ ಸ್ವಭಾವ ಅಷ್ಟೆ.

ಜೈನರು ತಮ್ಮನ್ನು ಸ್ವೀಕರಿಸಬೇಕೆಂದಿದ್ದರೆ ತಾವು ಹಸಿವು, ನೀರಡಿಕೆ, ಆಶೆ, ವಾಸನಾ ಮುಕ್ತರಾಗಬೇಕು, ಅಹಿಂಸಾಮಾರ್ಗ ಅನುಸರಿಸಬೇಕು, ಕೈವಲ್ಯ ಮಾರ್ಗದಲ್ಲಿ ನಡೆಯಬೇಕಾಗುವುದು.

## ಶ್ರಮಣ ಮತ್ತು ಶ್ರಾವಕ

ಜೈನ ಧರ್ಮದಲ್ಲಿ ಶ್ರಾವಕ ಹಾಗೂ ಶ್ರಮಣ ಎಂಬ ಎರಡು ರೀತಿಯ ಜನರಿರುತ್ತಾರೆ. ಶ್ರಮಣರು ತಮ್ಮ ಗೃಹಸ್ಥ ಜೀವನವನ್ನು ತ್ಯಜಿಸಿ ಆಶೆಗಳ ತ್ಯಾಗ ಮಾಡಿ ವಿಹಾರದಲ್ಲಿ ಇರುತ್ತಾರೆ. ಆದರೆ ಶ್ರಾವಕರು ಸಹಜ ಜೀವನ ನಡೆಸುತ್ತ ಜೊತೆಗೆ ಶ್ರಮಣರ ಸೇವೆಗೈಯುತ್ತಾರೆ.

ಜೈನ ಧರ್ಮದಲ್ಲಿ ಸಮಲೈಂಗಿಕತೆ ಇಲ್ಲ ಎಂದೇನಿಲ್ಲ. ಆದರೆ ಅದರೊಡನೆ ಅವರ ವ್ಯವಹಾರ ಹೇಗಿದೆ? ಎಂದು ಗಮನಿಸಬೇಕಿದೆ. ತಮ್ಮ ಎದುರಿಗೆ ಗೇ ಅಥವಾ ಲೆಸ್ಬಿಯನ್ ವ್ಯಕ್ತಿ ಬಂದರೆ ಅವರೊಡನೆ ನೀವು ಹಿಂಸಾತ್ಮಕವಾಗಿ ನಡೆದುಕೊಳ್ಳುತ್ತೀರೋ ಅಥವಾ ಅಹಿಂಸಾತ್ಮಕವಾಗಿ ನಡೆದುಕೊಳ್ಳುತ್ತೀರೋ ಎನ್ನುವುದು ಮುಖ್ಯ. ಅವರೊಡನೆ ಹಿಂಸೆಯಿಂದ ನಡೆದುಕೊಂಡರೆ ತಮ್ಮ ಕರ್ಮದ ಭಾರ ಹೆಚ್ಚಾಗುವುದು ಹಾಗೂ ಸಿದ್ಧಿಯ ಲೋಕ ತಮ್ಮಿಂದ ದೂರ. ಅವರೊಡನೆ ಅಹಿಂಸಾತ್ಮಕವಾಗಿ ನಡೆದುಕೊಂಡರೆ ತಮ್ಮ ಕರ್ಮಭಾರ ಹಗುರವಾಗುತ್ತದೆ ಮತ್ತು ಸಿದ್ಧಿಲೋಕದೆಡೆಗೆ ಮುನ್ನಡೆಯುತ್ತೀರಿ.

## ಜೈನ ಧರ್ಮವು ಸಮಲೈಂಗಿಕತೆಯನ್ನು ಸ್ವೀಕರಿಸುವುದೆ?

**ಅಂಕಿತ:** ಹಾಗಾದರೆ ನಾವು ಜೈನ ಧರ್ಮವನ್ನು ಸಮಲೈಂಗಿಕತೆಯ ಸ್ನೇಹಿ ಎನ್ನಬಹುದೆ?

**ದೇವದತ್ತ:** ಪ್ರತಿ ಧರ್ಮವನ್ನೂ ನಾವು ಸಮಲೈಂಗಿಕತೆಯ ಸ್ನೇಹಿ ಎಂದು ಹೇಳಬಹುದು. ಜೈನ ಧರ್ಮವನ್ನು ಸ್ನೇಹಿ ಎಂದು ಹೇಳಲು ನಾವು ಅಹಿಂಸಾ ಮಾರ್ಗವನ್ನು ಅನುಸರಿಸಬೇಕಾಗುವುದು. ಬೌದ್ಧ ಧರ್ಮದಲ್ಲಿ ಕರುಣೆಯ ಮಾರ್ಗವಿದ್ದಂತೆ, ಜೈನ ಧರ್ಮದಲ್ಲಿ ಅಹಿಂಸಾ ಮಾರ್ಗವಿದೆ. ಯಾವುದೇ ಸಮಲೈಂಗಿಕ ವ್ಯಕ್ತಿಯ ಕುರಿತು, ಅದು ಅವನ ಜೀವನಶೈಲಿಯಾಗಿದೆ. ಅದರಲ್ಲಿ ನಮ್ಮದೇನೂ ಇಲ್ಲ. ನಾವು ಅವರ ಸ್ವಭಾವವನ್ನು ಗೌರವಿಸಬೇಕಾಗಿದೆಯಷ್ಟೆ ಎಂದು ಅರಿತುಕೊಳ್ಳಬೇಕಾಗಿದೆ.

ಹಿಂಸೆಯು ಕೇವಲ ಶಾರೀರಿಕವಾಗಿ ಮಾತ್ರ ಇರಲಾರದು. ಅದು ಮಾನಸಿಕ ಹಾಗೂ ಸಾಮಾಜಿಕವಾಗಿಯೂ ಇರಬಲ್ಲುದು. ಉದಾಹರಣೆಗೆ ನಿಮ್ಮ

ಮನೆಯಲ್ಲಿ ಲೆಸ್ಬಿಯನ್ ಮಗಳಿದ್ದಾಳೆ, ಆಕೆಯ ವಿವಾಹವನ್ನು ನೀವು ಒತ್ತಾಯದಿಂದ ಒಬ್ಬ ಪುರುಷನೊಂದಿಗೆ ಮಾಡುತ್ತೀರಿ. ಇದರ ಅರ್ಥ ತಾವು ಆಕೆಯೊಂದಿಗೆ ಹಿಂಸೆಯಿಂದ ವ್ಯವಹರಿಸಿದ್ದೀರಿ ಎಂದಂತಾಗುತ್ತದೆ. ಮಾನಸಿಕ ಹಿಂಸೆ, ಶಾರೀರಿಕ ಹಿಂಸೆ ಹಾಗೂ ಸಾಮಾಜಿಕ ಹಿಂಸೆಯೂ ಮಾಡಿದಂತೆ. ಇದು ಜೈನ ಧರ್ಮದ ವಿರುದ್ಧವಾಗಿದೆ. ಅಲ್ಲಿ ಕರುಣೆಯೂ ಇಲ್ಲವಾದ್ದರಿಂದ ಇದು ಬೌದ್ಧ ಧರ್ಮದ ವಿರುದ್ಧವೂ ಆಗಿದೆ.

# 7

# ಸಿಖ್ ಧರ್ಮ ಹಾಗೂ ಸಮಲೈಂಗಿಕತೆ

## ಸಿಖ್ ಧರ್ಮ ಹಾಗೂ ಹಿಂದೂ ಧರ್ಮದಲ್ಲಿ ವ್ಯತ್ಯಾಸ

**ಅಂಕಿತ:** ಮೊದಲಿಗೆ ಸಿಖ್ ಧರ್ಮ ಹಾಗೂ ಹಿಂದೂ ಧರ್ಮದಲ್ಲಿರುವ ವ್ಯತ್ಯಾಸ ತಿಳಿಸಿ.

**ದೇವದತ್ತ:** ಸಿಖ್ ಧರ್ಮವು 500 ವರ್ಷಗಳ ಹಿಂದೆ ಗುರುನಾನಕ್ ಅವರಿಂದ ಪ್ರಾರಂಭವಾಯಿತು. ಇದು ಭಕ್ತಿ ಮಾರ್ಗದ ಧರ್ಮವೇ. ಆದರೆ ಮುಂದುವರೆದು ಇದೊಂದು ಬೇರೆ ಪರಂಪರೆ ಹಾಗೂ ಬೇರೆ ಧರ್ಮವೇ ಆಗಿ ರೂಪುಗೊಂಡಿತು. ಸಿಖ್ ಧರ್ಮೀಯರು ತಮ್ಮನ್ನು ಹಿಂದೂ ಧರ್ಮದಿಂದ ಭಿನ್ನವಾದ ಧರ್ಮವೆಂದೇ ಕಟ್ಟಿಕೊಂಡರು. ಈ ಧರ್ಮದ ಮುಖ್ಯ ವಿಶೇಷತೆ ಎಂದರೆ ಇದರ ಸಮಾನತೆಯ ಪರಿಕಲ್ಪನೆ. ಹಿಂದೂ ಧರ್ಮದಲ್ಲಿ ವರ್ಣ

ವ್ಯವಸ್ಥೆ ಇದೆ. ಜಾತಿವಾದ ಇದೆ. ಸಿಖ್ ಧರ್ಮೀಯರು ಜಾತಿವಾದವನ್ನು ಸಂಪೂರ್ಣವಾಗಿ ಕಿತ್ತೊಗೆದರು ಹಾಗೂ ಸಮಾನತೆಯನ್ನು ಅಪ್ಪಿಕೊಂಡರು. ಸಿಖ್ ಧರ್ಮೀಯರು ಜಾತಿವಾದ ಒಪ್ಪದೆ ಭಕ್ತಿಮಾರ್ಗ ಒಪ್ಪಿಕೊಂಡರು. ಅವರು ದೇವರನ್ನು ನಿರ್ಗುಣ ರೂಪದಲ್ಲಿ ಕಾಣುತ್ತಾರೆ, ಜ್ಞಾನಮಾರ್ಗ ಒಪ್ಪುತ್ತಾರೆ, ನಿರಾಕಾರ ದೇವರು ಅನ್ನುತ್ತಾರೆ, ಅದಕ್ಕೆ ಓಂ ಸ್ವರೂಪ ಕೊಡುತ್ತಾರೆ. ಇದಲ್ಲದೆ ಸಿಖ್ ಧರ್ಮೀಯರು ಸ್ತ್ರೀಯನ್ನು ಸಮಾನವಾಗಿ ನೋಡುತ್ತಾರೆ. ಪುರುಷನೊಂದಿಗೆ ಮೌನವಾಗಿ ಸ್ವೀಕರಿಸುತ್ತಾರೆ. ಆಕೆಗೆ ಸಾಧನೆಯ ಎಲ್ಲ ಮಾರ್ಗಗಳು ತೆರೆದಿವೆ. ಆಕೆ ಗುರುದ್ವಾರದಲ್ಲಿ ಪುರುಷನೊಂದಿಗೆ ಸಮಾನವಾಗಿ ಲಂಗರ್‌ನಲ್ಲಿ ಭೋಜನ ಸ್ವೀಕರಿಸುತ್ತಾಳೆ.

## ಗುರುಗ್ರಂಥ ಸಾಹಿಬ

ಅವರಿಗೆ ವೇದ ಪುರಾಣಗಳು ಪವಿತ್ರವಲ್ಲ. ಕೇವಲ ವಾಣಿಯನ್ನು ಗೌರವಿಸುತ್ತಾರೆ. ಅನೇಕ ಭಕ್ತಸಂತರು ರಚಿಸಿದ ಈ ವಾಣಿಗಳು ಒಂದು ಪುಸ್ತಕದಲ್ಲಿ ಸಂಗ್ರಹಿಸಿಡಲಾಗಿದೆ. ಇದನ್ನು 'ಗುರುಗ್ರಂಥ ಸಾಹಿಬ' ಎಂದು ಕರೆಯುತ್ತಾರೆ. 'ಗುರುಗ್ರಂಥ ಸಾಹಿಬ'ವನ್ನು ತಮ್ಮ ಪವಿತ್ರ ಗ್ರಂಥ ಎಂದು ಗೌರವಿಸುತ್ತಾರೆ. ಸಿಖ್ ಧರ್ಮೀಯರು ಭಕ್ತಿಭಾವದಿಂದ ಜೀವಾತ್ಮ ಹಾಗೂ ಪರಮಾತ್ಮನ ಹುಡುಕಾಟ ನಡೆಸುತ್ತಾರೆ. ಇದು ಸಿಖ್ ಧರ್ಮದ ಮುಖ್ಯ ಆಶಯವಾಗಿದೆ. ಹಿಂದೂ ಧರ್ಮಕ್ಕೆ ಹೋಲಿಸಿದರೆ ಸಿಖ್ ಧರ್ಮದಲ್ಲಿ ಮೂರ್ತಿಪೂಜೆ ಇಲ್ಲ. ಶಿವ 'ವಿಷ್ಣ' ದೇವಿಯರ ಪೂಜೆ ಇಲ್ಲಿ ನಡೆಯುವುದಿಲ್ಲ. ಇಲ್ಲಿ ಕೇವಲ ನಿರಾಕಾರ ಪರಮಾತ್ಮನ ಧ್ಯಾನ, ಅವನ ಸ್ಮರಣೆ ನಾಮಜಪ ಹಾಗೂ ಪರರ ಸೇವೆ ನಡೆಯುತ್ತದೆ. ಇವರು ಗುರುದ್ವಾರದಲ್ಲಿ ಇಟ್ಟ 'ಗುರುಗ್ರಂಥ ಸಾಹಿಬ'ದ ವಾಣಿಗಳನ್ನು ಸತ್ಸಂಗದಲ್ಲಿ ಹಾಡುತ್ತಾರೆ.

## ಸಿಖ್ ಧರ್ಮದಲ್ಲಿ ಸಮಲೈಂಗಿಕತೆ

**ಅಂಕಿತ:** ಸಿಖ್ ಧರ್ಮದಲ್ಲಿ ಸಮಲೈಂಗಿಕತೆಗೆ ಮಾನ್ಯತೆ ಇದೆಯೇ?

**ದೇವದತ್ತ:** ಸಮಲೈಂಗಿಕತೆಯು ಎಲ್ಲ ಕಡೆಯಲ್ಲಿ ಇದೆ. ಸಿಖ್ ಧರ್ಮದ ನೆಲೆಯಲ್ಲಿ ನೋಡುವುದಾದರೆ ಅದರ ಕುರಿತು ನಮ್ಮ ಭಾವನೆ ಏನಿರಬಹುದು. ಗುರುಗ್ರಂಥ ಸಾಹಿಬನಲ್ಲಿ ಸಮಲೈಂಗಿಕತೆ ಕುರಿತು ಏನೂ ಹೇಳಲಾಗಿಲ್ಲ. ಎಲ್ಲ ಧರ್ಮಗಳಂತೆ ಕೆಲವರು ಅಧ್ಯಾತ್ಮದೆಡೆಗೆ ಒಲವು ತೋರಿದರೆ ಕೆಲವರು ವ್ಯಾವಹಾರಿಕ ಜೀವನದಲ್ಲಿ ಆಸಕ್ತಿ ಹೊಂದಿರುತ್ತಾರೆ. ಸಿಖ್ ಧರ್ಮದಲ್ಲಿ

ಅಧ್ಯಾತ್ಮದ ಕಡೆಗೆ ಸಾಗುತ್ತಿರುವವರಿಗೆ 'ಪೀರಿ'(ಪ್ಯಾರೆ) ಎನ್ನುತ್ತಾರೆ. ಅಂದರೆ ದೈವದೆಡೆಗೆ ಆಸಕ್ತರು, ವ್ಯಾವಹಾರಿಕ ಬದುಕಿನಲ್ಲಿ ಆಸಕ್ತಿ ಇರುವವರಿಗೆ 'ಮೀರಿ' ಎನ್ನುತ್ತಾರೆ. ಮೀರಿ ಶಬ್ದವು ಅಮೀರ ಶಬ್ದದಿಂದ ಬಂದದ್ದು. ಇವರು ಸಾಮಾಜಿಕ ವ್ಯವಸ್ಥೆಯಲ್ಲಿ ಭಾಗಿಗಳಾಗುತ್ತಾರೆ.

ಗುರುನಾನಕರ ಕಥೆಗಳಿಗೆ ಜನಮಸಾಖಿ ಎನ್ನುತ್ತಾರೆ. ಗುರುನಾನಕರ ಕುರಿತಂತೆ ಬಂದು ಕಥೆ ಸಮಲೈಂಗಿಕತೆಯನ್ನು ಪ್ರಸ್ತಾಪಿಸುತ್ತದೆ. ಆದರೆ ಈ ಕಥೆಯನ್ನು ನಾವು ಐತಿಹಾಸಿಕವಾಗಿ ರುಜುವಾತು ಪಡಿಸಲು ಆಗುವುದಿಲ್ಲ. ಈ ಕಥೆಯ ಪ್ರಕಾರ ಗುರುನಾನಕರು ಬಗದಾದನಲ್ಲಿ ಶೇಖ್ ಸರಾಫ್ ಎಂಬ ಓರ್ವ ಸೂಫಿಯನ್ನ ಭೇಟಿಯಾಗುತ್ತಾರೆ. ಆ ಸೂಫಿ ಸ್ತ್ರೀ ವೇಷ ಧರಿಸಿ ತನ್ನ ಪ್ರಿಯತಮನ ಹುಡುಕಾಟದಲ್ಲಿ ಗಜಲ್ ಹಾಡುತ್ತ ಸುತ್ತುತ್ತಿದ್ದ. ಅವನಿಗೆ ನಾನಕರು ಹೇಳುತ್ತಾರೆ. ದೇವರೇ ಬಹುದೊಡ್ಡ ಪ್ರಿಯತಮನಾಗಿದ್ದಾನೆ. ಅವನ ಹುಡುಕಾಟಕ್ಕಾಗಿ ಸ್ತ್ರೀ ವೇಷ ಧರಿಸುವ ಅವಶ್ಯಕತೆ ಇಲ್ಲ. ಅದಾದ ನಂತರ ಅವರಿಬ್ಬರೂ ದೇವರ ಕುರಿತು ಬಹಳಷ್ಟು ಮಾತುಕತೆ ನಡೆಸಿದರು. ಹೀಗೆ ಗುರುನಾನಕರು ಆ ಸೂಫಿಯನ್ನು ತಿರಸ್ಕರಿಸಲಿಲ್ಲ. ಅವರು ಸಮಾನತೆಯಲ್ಲಿ ನಂಬಿಕೆ ಇರುವವರಾಗಿದ್ದರಿಂದ, ತೃತೀಯ ಪ್ರಕೃತಿಯ ವ್ಯಕ್ತಿಯ ಖಂಡನೆ ಮಾಡಲಿಲ್ಲ.

ಇದರಿಂದ ಅನಿಸುವುದೆಂದರೆ ಇಂದು ಒಂದು ವೇಳೆ ಗುರುನಾನಕರು ಬದುಕಿದ್ದಿದ್ದರೆ ಅವರಿಗೆ ಸಮಲೈಂಗಿಕತೆ ಕುರಿತು ಯಾವ ತಕರಾರುಗಳೂ ಇರುತ್ತಿರಲಿಲ್ಲ. ಸಮಾನತೆ ತತ್ವದ ಆಧಾರದಲ್ಲಿ ಅವರು ಸಮಲೈಂಗಿಕತೆಯ ಸ್ವೀಕರಿಸುತ್ತಿದ್ದರು.

## ಸಿಖ್ ಧರ್ಮ ಸಮಲೈಂಗಿಕತೆಯನ್ನು ಸ್ವೀಕರಿಸುವುದೆ?

**ಅಂಕಿತ:** ನಾವು ಜೈನ, ಬೌದ್ಧ, ಮತ್ತು ಹಿಂದು ಧರ್ಮಗಳಲ್ಲಿ ಸಮಲೈಂಗಿಕತೆ ಕುರಿತು ಮಾತಾಡಿದೆವು. ನಾವು ಸಿಖ್ ಧರ್ಮವನ್ನು ಸಮಲೈಂಗಿಕತೆಯ ಸ್ನೇಹಿ ಎಂದು ಭಾವಿಸಬಹುದೆ?

**ದೇವದತ್ತ:** ನಾವು ಬಯಸಿದರೆ ಪ್ರತಿ ಧರ್ಮವನ್ನು ಸಮಲೈಂಗಿಕತೆಯ ವಿರೋಧಿ ಎನ್ನಬಹುದು ಅಥವಾ ನಾವು ಬಯಸಿದರೆ ಪ್ರತಿ ಧರ್ಮವನ್ನೂ ಸಮಲೈಂಗಿಕತೆಯ ಸ್ನೇಹಿಯಾಗಿ ರೂಪಿಸಬಹುದು. ಹಿಂದೂ ಧರ್ಮದಲ್ಲಿ ನಾವು ವಿಭಿನ್ನತೆಯ ಭಾವದಲ್ಲಿ ಸಮಲೈಂಗಿಕತೆಯನ್ನು ಸ್ವೀಕರಿಸಬಹುದು. ಬೌದ್ಧ ಧರ್ಮದಲ್ಲಿ ಕರುಣಾ ಭಾವದಿಂದ ಸಮಲೈಂಗಿಕತೆಯನ್ನು ಸ್ವೀಕರಿಸಬಹುದು,

ಜೈನಧರ್ಮದಲ್ಲಿ ಅಹಿಂಸಾಭಾವದಿಂದ ಸಮಲೈಂಗಿಕತೆ ಸ್ವೀಕರಿಸಬಹುದು. ಏಕೆಂದರೆ ಇವು ಆ ಆ ಧರ್ಮಗಳ ಮೂಲ ತತ್ವಗಳಾಗಿವೆ. ಈ ಮೂಲ ತತ್ವಗಳ ನೆಲೆಯಿಂದಲೇ ಇನ್ನುಳಿದ ಸಂಬಂಧಗಳೇನಿವೆ, ಅವು ವಿಚಿತ್ರವಾಗಿರಬಹುದು, ಅದ್ಭುತ ಆಗಿರಬಹುದು. ಇವುಗಳೊಂದಿಗೆ ನಾವು ಸಂಬಂಧ ಬೆಳೆಸಬಹುದು ಹಾಗೂ ಅವುಗಳನ್ನು ಸ್ವೀಕಾರ ಮಾಡಬಹುದು.

# 8

# ಭಾರತೀಯೇತರ ಧರ್ಮ ಹಾಗೂ ಸಮಲೈಂಗಿಕತೆ

## ಭಾರತೀಯೇತರ ಧರ್ಮಗಳಲ್ಲಿ ಸಮಲೈಂಗಿಕತೆಯು ಪಾಪವೇ?

**ಅಂಕಿತ:** ಭಾರತೀಯ ಧರ್ಮಗಳ ಕುರಿತು ಬಹಳ ಚೆನ್ನಾಗಿ ಮಾತನಾಡಿದ್ದೀರಿ. ಈಗ ಭಾರತೀಯೇತರ ಧರ್ಮಗಳ ಕುರಿತು ಮಾತಾಡೋಣ. ಕ್ರಿಶ್ಚಿಯನ್, ಇಸ್ಲಾಂ, ಯಹೂದಿ ಧರ್ಮಗಳಲ್ಲಿ ಸಮಲೈಂಗಿಕತೆಯು ಪಾಪವೆಂದು ಹೇಳಲಾಗಿದೆ. ಹೌದೆ? ಈ ಧರ್ಮಗಳಲ್ಲಿ ಸಮಲೈಂಗಿಕತೆಯು ಪಾಪವೇ?

**ದೇವದತ್ತ:** ಬೈಬಲ್‌ನಲ್ಲಿ ಅನೇಕ ವಿಚಾರಗಳಿವೆ. ಅವು ಭಗವದೊಪ್ಪಿತವಾಗಿವೆ. ಜೀಸಸ್ ಹೇಳುತ್ತಾರೆ, love neighbor as thy chock self. ಅಂದರೆ ನೀನು ನಿನ್ನನ್ನು

ಪ್ರೇಮಿಸುವಂತೆಯೇ ಎಲ್ಲರನ್ನೂ ಪ್ರೀತಿಸು. ಹೀಗೆ ಈ ಧರ್ಮವು ಪ್ರೇಮದ ಪ್ರಚಾರ ಮಾಡುತ್ತದೆ. ಪ್ರೇಮದ ಧರ್ಮದಲ್ಲಿ ದೇವರು ಸಿಟ್ಟಾಗಿ ಯಾರನ್ನೋ ಸುಟ್ಟುಬಿಡುತ್ತಾನೆ ಎನ್ನುವುದು ಸರಿ ಅಲ್ಲ. ಯಾರೋ ಈ ಕಥೆಯನ್ನು ತಮ್ಮ ರಾಜಕೀಯ ಉದ್ದೇಶಕ್ಕಾಗಿ ಬಳಸಿಕೊಂಡಿದ್ದಾರೆ ಎನಿಸುತ್ತದೆ.

ಇಸ್ಲಾಂ ಕುರಿತು ಮಾತಾಡುವುದಾದರೆ, ಮೊಹ್ಮದ್ ಪೈಗಂಬರರು ಹೇಳಿದ ಕೆಲವು ಕಥೆಗಳಲ್ಲಿ ಯಾವುದೇ ಪುರುಷನಲ್ಲಿ ಪರುಷತ್ವ ಗುಣಗಳಿಲ್ಲ ಎಂದು ಹೇಳಲಾಗಿದೆ. ಅಂದರೆ ಇಲ್ಲಿ ಅವರು ಸಮಲೈಂಗಿಕತೆ ಕುರಿತು ಮಾತಾಡುತ್ತಿದ್ದಾರೆಯೇ? ಅವರು ಆ ಪುರುಷನನ್ನು ತಿರಸ್ಕಾರದಿಂದ ನೋಡುತ್ತಿಲ್ಲ. ಅವನಲ್ಲಿ ಪುರುಷತ್ವದ ಗುಣಗಳಿಲ್ಲ ಎಂದು ಮಾತ್ರ ಹೇಳುತ್ತಿದ್ದಾರೆ. ಅವರು ಅವನ ಭಾವ ಶರೀರ ಕುರಿತು ಮಾತಾಡುತ್ತಿದ್ದಾರೆಯೆ? ಅವನ ಭೌತಿಕ ಶರೀರ ಪುರುಷನದ್ದಾಗಿದ್ದು ಭಾವಶರೀರ ಪುರುಷನಂತಿಲ್ಲ. ಅವನು ಸ್ತ್ರೀ ಕುರಿತು ಆಕರ್ಷಣೆ ಹೊಂದಿಲ್ಲ ಎಂದು ಹೇಳಲು ಹೊರಟಿದ್ದಾರೆ. ಅವನನ್ನು ಮೊಹ್ಮದ್ ಪೈಗಂಬರರು ತಿರಸ್ಕರಿಸುತ್ತಿಲ್ಲ. ಅವರು ಹೇಳುತ್ತಿರುವುದು, ಇಂತಹವರೂ ಈ ಜಗತ್ತಿನಲ್ಲಿ ಇರುತ್ತಾರೆ. ಅವರನ್ನು ನಾವು ಸ್ವೀಕರಿಸಬೇಕಾಗಿದೆ ಎಂದು.

ಕುರಾನ್ ಹಾಗೂ ಬೈಬಲ್‌ಗಳಲ್ಲಿ ಸಮಲೈಂಗಿಕತೆಯ ವಿರುದ್ಧ ಏನೂ ಹೇಳಲಾಗಿಲ್ಲ. ಇದರಿಂದ ಅನಿಸುವುದೆಂದರೆ, ಕೆಲವರ ವಿಚಾರಗಳನ್ನು ಮತ್ತೊಬ್ಬರ ಮೇಲೆ ಹೇರಲಾಗುತ್ತಿದೆ. ಕೆಲವರು ಸಮಲೈಂಗಿಕತೆಯನ್ನು ಸ್ವೀಕರಿಸಲು ಬಯಸುತ್ತಿಲ್ಲ. ಅವರಿಗೆ ಇವುಗಳಲ್ಲಿ ಸಮಲೈಂಗಿಕತೆಯ ನಿಂದನೆ ಕಂಡುಬರುತ್ತಿಲ್ಲ. ಆದರೆ ಅದು ಹಾಗಿಲ್ಲ.

## ಸೋಡಮ್ ಮತ್ತು ಗೋಮೊರಹ ಕಥೆ

ಯಹೂದಿ, ಕ್ರಿಶ್ಚಿಯನ್ ಹಾಗೂ ಇಸ್ಲಾಂ ಧರ್ಮಗ್ರಂಥಗಳಲ್ಲಿ ಸೋಡಮ್ ಮತ್ತು ಗೋಮೊರಹ ಕಥೆಗಳನ್ನು ಕಾಣಬಹುದು. ಸೋಡಮ್ ಹಾಗೂ ಗೋಮೊರಹ ಎಂಬ ನಗರಗಳಲ್ಲಿ ಸಮಲೈಂಗಿಕರು ಇರುತ್ತಿದ್ದರು ಎಂದು ಹೇಳಲಾಗುತ್ತದೆ. ಅವರ ಕುರಿತು ಸಿಟ್ಟಾಗಿ ದೇವರು ಆ ನಗರಗಳನ್ನು ಸುಟ್ಟು ಭಸ್ಮ ಮಾಡಿದನಂತೆ. ಕಥೆಯನ್ನು ಸೂಕ್ಷ್ಮವಾಗಿ ಗಮನಿದಾಗ, ಕಂಡುಬರುವುದೆಂದರೆ ಇಲ್ಲಿ ಸಮಲೈಂಗಿಕತೆ ಕುರಿತು ಏನೂ ಹೇಳಿಲ್ಲ. ಕಥೆಯಲ್ಲಿ ಹೇಳಿದ್ದೆಂದರೆ, ಈ ನಗರಕ್ಕೆ ಯಾರೇ ಅತಿಥಿಗಳು ಬಂದರೂ ಇಲ್ಲಿಯ ಜನ ಒತ್ತಾಯದಿಂದ ಅವರೊಡನೆ ಸಂಭೋಗ ಮಾಡುತ್ತಿದ್ದರಂತೆ. ಇಲ್ಲಿ ದೇವರು ಆ ಜನರ ಕಾಮವಾಸನೆ ಕುರಿತು ಸಿಟ್ಟಾಗಿದ್ದನೇ? ಅಥವಾ ಬಂದ ಅತಿಥಿಗಳನ್ನು ಸರಿಯಾಗಿ ಸತ್ಕರಿಸಲಿಲ್ಲ ಎಂದು ಸಿಟ್ಟಾಗಿದ್ದನೆ? ಅಥವಾ

ಅವರು ಸಮಲೈಂಗಿಕತೆಯಲ್ಲಿ ಮುಳುಗಿ ಹೋಗಿದ್ದರೆಂದು ಕೋಪವೇ? ಇವು ಯಾವುದೂ ಸ್ಪಷ್ಟವಾಗಿಲ್ಲ.

## ಇಸ್ಲಾಂ ಮತ್ತು ಕ್ರಿಶ್ಚಿಯನ್ ಧರ್ಮಗಳಲ್ಲಿ ದೇವರ ಪ್ರೀತಿ ಹಾಗೂ ದೇವರ ನಿಯಮ

ಅಬ್ರಾಹ್ಮೀ ಪರಂಪರೆಯಲ್ಲಿ ಏಕದೇವೋಪಾಸನೆ ಹಾಗೂ ಸಂದೇಶದಲ್ಲಿ ನಂಬಿಕೆ ಇದೆ. ಈ ಪರಂಪರೆಯಲ್ಲಿ ಎರಡು ಮುಖ್ಯ ವಿಚಾರಗಳಿವೆ. ಒಂದು ದೇವರ ಪ್ರೀತಿ ಹಾಗೂ ಎರಡನೆಯದು ದೇವರ ನಿಯಮ. ಇಲ್ಲಿ ನಿಯಮ ಬಹಳ ಮಹತ್ವದ್ದೋ ಅಥವಾ ದೇವರ ಪ್ರೀತಿಯೋ? ಸೂಫಿ ಪರಂಪರೆಯಲ್ಲಿ ಪ್ರೀತಿಗೆ ಬಹಳ ಮಹತ್ವ ಕೊಡಲಾಗಿದೆ. ಈ ಪರಂಪರೆಯಲ್ಲಿ ಭಕ್ತರು ದೇವರನ್ನು ಸದಾಕಾಲ ಸಮಲೈಂಗಿಕ ನುಡಿಕಟ್ಟುಗಳಲ್ಲಿ ಧ್ಯಾನಿಸುತ್ತಾರೆ ಅಥವಾ ಪ್ರೀತಿ ತೋರ್ಪಡಿಸುತ್ತಾರೆ. ವಿಷಮಲೈಂಗಿಕ ನುಡಿಕಟ್ಟು ಪ್ರಯೋಗಿಸುವುದಿಲ್ಲ. ಏಕೆಂದರೆ ಸೂಫಿಗಳಲ್ಲಿ ದೇವರನ್ನು ತನ್ನ ಸ್ವಯಂ ರೂಪದಲ್ಲಿ ನೋಡಬೇಕು ಎಂದಿದೆ.

ಸಾಂಸ್ಕೃತಿಕವಾಗಿ ನೋಡುವುದಾದರೆ ಇರಾನ್ ಹಾಗೂ ಇರಾಕ್ ದೇಶಗಳಲ್ಲಿನ ಕಥೆಗಳಲ್ಲಿ ರಾಜರಿಗೆ ಅನೇಕ ಪುರುಷ ಪ್ರೇಮಿಗಳಿರುವುದು ಕಂಡು ಬರುತ್ತದೆ. ಭಾರತದಲ್ಲಿ ಅಕಬರನ ಹಿರಿಯ ಬಾಬರನು ಪುರುಷ ಸೌಂದರ್ಯ ಕುರಿತು ಕವಿತೆ ಬರೆದದ್ದು ಕಾಣಬಹುದು. ಮೊಹ್ಮದ್ ಗಜನವೀಯೂ ಪುರುಷರ ಕುರಿತು ಕವಿತೆ ಬರೆದಿದ್ದಾನೆ. ಅಲ್ಲಾವುದ್ದಿನ್ ಖಿಲ್ಜಿಯು ಮಲ್ಲಿಕ್ ಕಾಫರ್ ಕುರಿತು ಪ್ರೇಮಭಾವನೆ ಹೊಂದಿದ್ದ. ಹೀಗೆ ಸುಲ್ತಾನರ ಪುರುಷ ಪ್ರೇಮ ಕುರಿತು ಅನೇಕ ಕಥೆಗಳು ದೊರೆಯುತ್ತವೆ. ಸ್ತ್ರೀಯರ ಕುರಿತು ನಮಗೆ ಗೊತ್ತಿಲ್ಲ, ಏಕೆಂದರೆ ಅವರು ಪರದೆಯ ಹಿಂದೆ ಇರುತ್ತಿದ್ದರು. ಆದರೆ ಪ್ರೇಮ ಹಾಗೂ ಸಮಲೈಂಗಿಕ ಪ್ರೇಮ ಕುರಿತು ಇಸ್ಲಾಂರ ಗುಂಪುಗಳಲ್ಲಿ ಬಹಳ ಕಥೆಗಳು ಜಾರಿಯಲ್ಲಿದ್ದವು. ನಮ್ಮೆದುರು ಇರುವ ಪ್ರಶ್ನೆ ಎಂದರೆ ಇಸ್ಲಾಂ ಹಾಗೂ ಕ್ರಿಶ್ಚಿಯನ್‌ರಲ್ಲಿಯ ಪ್ರೀತಿಗೆ ಮಹತ್ವ ಕೊಡುತ್ತೇವೆ ಅಥವಾ ನಿಯಮಗಳಿಗೆ ಮಹತ್ವ ಕೊಡುತ್ತೇವೆ ಎನ್ನುವುದಿದೆ.

## ಕಾಲಕ್ಕೆ ತಕ್ಕಂತೆ ಬದಲಾದ ನಿಯಮಗಳು

**ಅಂಕಿತ:** ಹೇಳಿ ಪ್ರೇಮಕ್ಕೆ ಮಹತ್ವ ಇದೆಯೆ? ಅಥವಾ ನಿಯಮಗಳಿಗೆ?

**ದೇವದತ್ತ:** ನಿಯಮಗಳನ್ನು ಹೇಗೆ ಪರಿಭಾಷಿತಗೊಳಿಸಬೇಕು? ಎನ್ನುವ ಕುರಿತು ಪಂಡಿತರಲ್ಲಿ ಏಕಮತವಿಲ್ಲ. ದೇಶ, ಕಾಲ ಹಾಗೂ ಸಭ್ಯತೆಗಳ ಸಹಾನುಭೂತಿಗೆ ಅನುಸರಿಸಿ ಇವುಗಳ ವ್ಯಾಖ್ಯಾನ ಬದಲಾಗುತ್ತವೆ.

ಇತ್ತೀಚೆಗೆ ಸಮಲೈಂಗಿಕ ವ್ಯಕ್ತಿಗಳಿಗೆ ಆಫ್ಘಾನಿಸ್ಥಾನದಲ್ಲಿ ಕಲ್ಲಿನಿಂದ ಹೊಡೆದು ಸಾಯಿಸಲಾಗುತ್ತಿದೆ. ಅವರನ್ನು ನಾವು ಅಸಭ್ಯರು ಎನ್ನುತ್ತೇವೆ. ಅಂದರೆ ಸಭ್ಯತೆ ಇಲ್ಲದವರು. ಹೀಗೆ ಹೇಳುವುದು ನಿಜವೂ ಇದೆ. ಏಕೆಂದರೆ ಇತ್ತೀಚಿನ ಪೀಳಿಗೆಗೆ ಧರ್ಮ ಮತ್ತು ಪರಂಪರೆಯ ತಿಳುವಳಿಕೆ ಇಲ್ಲ. ಅವರು ತಮ್ಮ ಇತಿಹಾಸ ಮರೆತಿದ್ದಾರೆ. ಅವರು ಮರೆತದ್ದೇನೆಂದರೆ, ಅವರ ರಾಜರು ಹಾಗೂ ಶ್ರೀಮಂತರು ಹುಡುಗರನ್ನು ಪ್ರೀತಿಸುತ್ತಿದ್ದರು ಹಾಗೂ ಇದು ಕುರಿತು ಅವರು ಕಥನ ಹಾಗೂ ಗೀತೆಗಳಲ್ಲಿ ಪ್ರಸ್ತಾಪಿಸುತ್ತಿದ್ದರು. ಇರಾನ್ ಹಾಗೂ ಫಾರಸೀ ಪರಂಪರೆಯಲ್ಲಿನ ಕವಿತೆಗಳಲ್ಲಿ, ಭಾವಚಿತ್ರಗಳಲ್ಲಿ, ಕಥೆಗಳಲ್ಲಿ ರಾಜರು ಪುರುಷರನ್ನು ಪ್ರೇಮಿಸುತ್ತಿದ್ದ ಉಲ್ಲೇಖಗಳಿವೆ. ಪುಸ್ತಕ ಗ್ರಂಥಗಳಲ್ಲಿ ಪ್ರಸ್ತಾಪಗಳಿವೆ. ಆದರೆ ಈಗ ಅಲ್ಲಿನ ಜನ ಇದನ್ನು ಕೇಳಲು ಇಷ್ಟಪಡುವುದಿಲ್ಲ. ಅವರು ಬಾಮಿಯಾನದಲಿ ರಾಕೆಟ್‌ಗಳಿಂದ 2000 ವರ್ಷ ಹಳೆಯ ಬುದ್ಧ ಮೂರ್ತಿಗಳನ್ನು ತುಂಡರಿಸಿದ್ದಾರೆ.

ಪ್ರಶ್ನೆ ಎಂದರೆ ನಾವು ಅದನ್ನು ಧರ್ಮದ ಆಧಾರ ಎಂದು ಸ್ವೀಕರಿಸಬೇಕೆ? ಏಕೆಂದರೆ ನಾವು ಇದೇ ಸರಿ ಎಂದು ಒಪ್ಪುತ್ತೇವಾದರೆ, ನಾವು ಆತಂಕವಾದವನ್ನು ಸಮರ್ಥಿಸುತ್ತಿದ್ದೇವೆ ಎಂದರ್ಥ. ಯಾರು ಕಲ್ಲು ಹೊಡೆಯುತ್ತಾರೋ ಅವರಿಗೆ ಪ್ರೀತಿ ಸರಿ ಎನಿಸುವುದಿಲ್ಲ. ಅವರಿಗೆ ನಿಯಮ ಮಹತ್ವದ್ದಾಗುತ್ತಿದೆ. ಅವರು ಆತಂಕವಾದಿಗಳು. ಆತಂಕವಾದವನ್ನು ನಾವು ಇಸ್ಲಾಂ ಧರ್ಮ ಅಥವಾ ಕ್ರಿಶ್ಚಿಯನ್ ಧರ್ಮದೊಡನೆ ಜೋಡಿಸುತ್ತೇವಾದರೂ ಯಾಕೆ? ಅವರ ವಿಚಾರಗಳಿಗೆ ನಾವು ಮಾನ್ಯತೆ ಕೊಡುವುದೇಕೆ? ಬಹುಶಃ ನಾವು ಇನ್ನುಳಿದ ಬೇರೆ ವಿಚಾರ ಸ್ವೀಕರಿಸುತ್ತಿಲ್ಲ. ಆದ್ದರಿಂದ ಆತಂಕವಾದವನ್ನು ನಾವು ಸರಿ ಎಂದು ಸ್ವೀಕರಿಸುತ್ತಿದ್ದೇವೆಯೇ? ಈ ಆತಂಕವಾದಿಗಳಿಗೆ ಅವರ ದಾರಿಯಲ್ಲಿ ಬಿಡಿ, ನೀವು ಪ್ರೀತಿಯ ದಾರಿಗೆ ಹೊರಡಿ.

## ಐಸಿಸ್‌ನ ಉಗ್ರವಾದ

**ಅಂಕಿತ:** ತಾವು ನನ್ನ ಮುಂದಿನ ಪ್ರಶ್ನೆಗೆ ಉತ್ತರಿಸಿದ್ದೀರಿ. ಮೂರ್ನಾಲ್ಕು ವರ್ಷಗಳ ಹಿಂದೆ ಹೃದಯವಿದ್ರಾವಕ ಘಟನೆ ಇಂಟರ್‌ನೆಟ್‌ನಲ್ಲಿ ಬಂದಿತ್ತು. ಐಸಿಸ್‌ನ ಮೂಲಕ ಗೇ ವ್ಯಕ್ತಿಗಳ ತಲೆ ಸಾರ್ವಜನಿಕವಾಗಿ ಕತ್ತರಿಸಲಾಗಿತ್ತು. ಇಂದಿಗೂ ಕೂಡ ಹಲವು ಇಸ್ಲಾಮಿಕ್ ದೇಶಗಳಲ್ಲಿ ಗೇ ವ್ಯಕ್ತಿಗಳನ್ನು ಕಟ್ಟಡಗಳಿಂದ ಕೆಳಗೆ ಎಸೆಯಲಾಗುತ್ತದಂತೆ ಅಥವಾ ಕಲ್ಲಿನಿಂದ ಹೊಡೆಯಲಾಗುತ್ತದಂತೆ. ಇಂತಹ ಘಟನೆಗಳು 22ನೇ ಶತಮಾನದಲ್ಲಿಯೂ ನಡೆಯುತ್ತಿವೆ. ಆದರೆ ಇದೆಲ್ಲವೂ ಧರ್ಮದ ಹೆಸರಿನಲ್ಲಿಯೇ ನಡೆಯುತ್ತದೆ.

**ದೇವದತ್ತ:** ಧರ್ಮದ ಹೆಸರಿನಲ್ಲಿ ಏನೆಲ್ಲವೂ ನಡೆಯುತ್ತದೆ. ಭಾರತದಲ್ಲಿಯೂ ಧರ್ಮದ ಹೆಸರಿನಲ್ಲಿ ಜಾತಿವಾದ ಮಾಡಲಾಗುತ್ತದೆ. ಧರ್ಮವು ಸಮಾಜದಲ್ಲಿ ಜಾತಿವಾದ ಇರಬೇಕು ಎನ್ನುತ್ತದೆಯೇ? ಧರ್ಮವು ಮಹಿಳೆಯರನ್ನು ದೇವಾಲಯಗಳ ಹೊರಗಿಡಬೇಕು ಎನ್ನುತ್ತದೆಯೇ? ಅಥವಾ ಕೆಲವು ರಾಜಕಾರಣಿಗಳು ತಮ್ಮ ಸ್ವಾರ್ಥ ಸಾಧನೆಗಾಗಿ ಧರ್ಮದ ದುರುಪಯೋಗ ಮಾಡಿಕೊಳ್ಳುತ್ತಿದ್ದಾರೆಯೆ?

ಪ್ರಶ್ನೆ ಎಂದರೆ ಧರ್ಮದ ಉದ್ದೇಶ ಏನು? ದೇವರೆಡೆಗೆ ಪಯಣವೇ ಅಥವಾ ದೇವರಿಂದ ದೂರವಾಗುವುದೆ? ದೇವರು ದ್ವೇಷದಿಂದ ಹತ್ತಿರವಾಗುವನೇ? ಅಥವಾ ಪ್ರೇಮದಿಂದ? ನನಗನಿಸೋದು ದೇವರು ಪ್ರೇಮದಿಂದ ಹತ್ತಿರವಾಗುವನು. ಕ್ರಿಶ್ಚಿಯನ್ ಧರ್ಮವು ಇದನ್ನೇ ಹೇಳುತ್ತದೆ. ಯಹೂದೀ ಧರ್ಮವು ಇದನ್ನೇ ಹೇಳುತ್ತದೆ. ಶ್ರೀಕೃಷ್ಣನೂ ಇದನ್ನೇ ಹೇಳಿದ್ದಾನೆ, ಶಿವನೂ ಇದನ್ನೇ ಹೇಳಿದ್ದಾನೆ. ಪ್ರತಿಯೊಬ್ಬರು ಹೇಳುವುದೆಂದರೆ ಪ್ರೇಮಮಾರ್ಗದಿಂದಲೇ ನಮಗೆ ಮುಕ್ತಿ ದೊರೆಯುತ್ತದೆ, ಜನ್ನತ್ ನಮ್ಮದಾಗುತ್ತದೆ. ನಾವು ಜನ್ನತ್‌ನಲ್ಲಿ ಯಾವಾಗಲೂ ಸುಖ-ಶಾಂತಿ ದೊರೆಯುವ ಮಾತಾಡುತ್ತೇವೆ. ಸುಖ ಶಾಂತಿ ದೊರೆಯುವುದು ಯಾವಾಗ ಸಾಧ್ಯವೆಂದರೆ ನಾವು ಪರರ ಸ್ವಭಾವವನ್ನು ಸ್ವೀಕರಿಸದಾಗ ಮಾತ್ರ.

## ಕ್ವಿಯರ್ ವಿರೋಧಿ ಆಂದೋಲನ ಹೇಗೆ ನಿಭಾಯಿಸುವುದು?

**ಅಂಕಿತ:** ಅಮೇರಿಕಾ ಹಾಗೂ ಯುರೋಪ್‌ನಲ್ಲಿ ಸಮಲೈಂಗಿಕ ಜನರನ್ನು ಸ್ವೀಕರಿಸುವ ಅನೇಕ ಚರ್ಚುಗಳು ಇಂದು ಪ್ರಾರಂಭವಾಗುತ್ತಿವೆ. ಈ ಚರ್ಚುಗಳ ಹೊರಗೆ ಇಂದ್ರ ಧನುಷ್ ಧ್ವಜ ಹಾರಾಡುತ್ತಿರುತ್ತದೆ. ಜೊತೆಗೆ ಸಮಲೈಂಗಿಕರನ್ನು ತಿರಸ್ಕರಿಸುವ ಚರ್ಚುಗಳು, ಕ್ರಿಶ್ಚಿಯನ್‌ರೂ ಹೆಚ್ಚು ಸಂಘಟಿತರಾಗುತ್ತಿದ್ದಾರೆ. ಇಂತಹ ಚರ್ಚುಗಳನ್ನು ಜೋರಾಗಿ ವಿರೋಧಿಸುತ್ತಿದ್ದಾರೆ. ಇದಕ್ಕೆ ನಾವು ಹೇಗೆ ಉತ್ತರಿಸಬೇಕು?

**ದೇವದತ್ತ:** ನೋಡಿ, ಇದಕ್ಕೆ ಪ್ರತಿಕ್ರಿಯಿಸಬೇಕಾಗಿಲ್ಲ. ಬಹುತ್ವದ ಅರ್ಥವೆಂದರೆ, ವಿಭಿನ್ನ ಸ್ವಭಾವದ ಜನ ಈ ಜೀವನದಲ್ಲಿ ಇರುತ್ತಾರೆ. ಅವರು ಬದುಕಬೇಕು. ಯಾವ ಚರ್ಚು ನಿಮ್ಮನ್ನು ಸ್ವೀಕರಿಸುತ್ತದೆ ಅಲ್ಲಿಗೆ ಹೋಗಿ. ಯಾವ ಚರ್ಚು ನಿಮ್ಮನ್ನು ಬಹಿಷ್ಕರಿಸುತ್ತದೆಯೋ ಅಲ್ಲಿಗೆ ಹೋಗಬೇಡಿ, ನೀವು ಆ ಚರ್ಚನ್ನು ಬಹಿಷ್ಕರಿಸಿ. ಅವರು ಈ ಜನ್ಮದಲ್ಲಿ ಬದಲಾಗುತ್ತಾರೋ ಬಿಡುತ್ತಾರೋ, ಆದರೆ

ಮುಂದಿನ ಜನ್ಮದಲ್ಲಿ ಬದಲಾಗಬಹುದು. ಅವಸರವೇನಿದೆ? ಬಹುತ್ವವು ಪ್ರಾಕೃತಿಕವಾಗಿದೆ. ವಿಭಿನ್ನವಾದವೂ ಪ್ರಾಕೃತಿಕವೇ ಆಗಿದೆ. ವಿಭಿನ್ನವಾದದ ಅರ್ಥವೇ ಎಲ್ಲ ರೀತಿಯ ಜನರು. ಎಲ್‌ಜಿಬಿಟಿಐಯು ಎಂಬ ಆಂದೋಲನವು ಇಂದ್ರಧನುಷ್‌ನ್ನು ತನ್ನ ಚಿಹ್ನೆ ಮಾಡಿಕೊಂಡದ್ದರ ಅರ್ಥ ಪ್ರತಿ ಬಣ್ಣ ಅಥವಾ ಬಹುಬಣ್ಣದ ಜನ ಇದರಲ್ಲಿ ಒಳಗೊಳ್ಳುತ್ತಾರೆ. ಏಕೆಂದರೆ ಇದು ವಿಭಿನ್ನವಾದದ ಚಿಹ್ನೆಯಾಗಿದೆ.

ವಿಭಿನ್ನವಾದವನ್ನು ಸ್ವೀಕರಿಸುವುದು ಸರಿಯಾಗಿದೆ. ಶತಮಾನಗಳಿಂದ ಭಾರತೀಯ ಪರಂಪರೆಯಲ್ಲಿ ವಿಭಿನ್ನ ಪ್ರಕಾರದ ಜನ, ವಿಭಿನ್ನ ಪ್ರಕಾರದ ಸ್ವಭಾವ, ವಿಭಿನ್ನ ಪ್ರಕಾರದ ಭೌತಿಕ ಶರೀರ, ಭಾವ ಶರೀರ, ವ್ಯಕ್ತ ಶರೀರವೆಲ್ಲ ಇಲ್ಲಿ ಸ್ವೀಕೃತವಾಗಿವೆ. ಈ ಸ್ವೀಕೃತಿಯೇ ದರ್ಶನ ಎನಿಸಿಕೊಂಡಿದೆ. ಇದರಿಂದಲೇ ಆತ್ಮಜ್ಞಾನ ಹೆಚ್ಚುವುದು. ಯಾರು ಈ ಜನ್ಮದಲ್ಲಿ ಸ್ವೀಕರಿಸುವುದಿಲ್ಲವೋ ಮುಂದಿನ ಜನ್ಮದಲ್ಲಿ ಸ್ವೀಕರಿಸಲಿ. ಅವಸರವೇನಿದೆ? ಎಲ್ಲಿಯವರೆಗೆ ಒಬ್ಬ ವ್ಯಕ್ತಿ ಬೇರೆಯವರ ಕುರಿತು ದ್ವೇಷ ಇಟ್ಟುಕೊಂಡಿರುವನೋ ಅಲ್ಲಿಯವರೆಗೆ ಅವನು ಕರ್ಮದ ಜಾಲದಲ್ಲಿ ಸಿಕ್ಕಿಕೊಂಡಿರುತ್ತಾನೆಯೋ ಅವನು ಈ ಸಂಸಾರ ಜಾಲದಿಂದ ಮುಕ್ತನಾಗಲಾರ.

## ಯಹೂದಿ ಧರ್ಮ, ಕ್ರಿಶ್ಚಿಯನ್ ಹಾಗೂ ಇಸ್ಲಾಂನಲ್ಲಿ ವ್ಯತ್ಯಾಸ

**ಅಂಕಿತ:** ದೇವದತ್ತಜೀ ಅವರೇ ಯಹೂದೀ ಧರ್ಮ, ಕ್ರಿಶ್ಚಿಯನ್ ಹಾಗೂ ಇಸ್ಲಾಂ ಧರ್ಮಗಳಲ್ಲಿ ವ್ಯತಾಸವೇನು? ತಿಳಿಸಿ ಬಿಡಿ.

**ದೇವದತ್ತ:** ನೋಡಿ, ಈ ಧರ್ಮಗಳೆಲ್ಲ ಏಕದೇವೋಪಾಸನೆಯ ಧರ್ಮಗಳಾಗಿವೆ. ಅವನು ಭಗವಾನ್ ಎಲೋಹಿಮ ಆಗಬಹುದು ಅಥವಾ ಜೆಹೋವಾ ಅಥವಾ ಅಲ್ಲಾಹ್ ಆಗಬಹುದು. ಈ ಭಗವಾನರಿಗೆ ಪೈಗಂಬರ್ ಇರುತ್ತಾನೆ. ಯಹೂದಿ ಧರ್ಮದ ನಂಬಿಕೆ ಎಂದರೆ ಮೂಸಾ ಪೈಗಂಬರರಾಗಿದ್ದರು ಹಾಗೂ ಇವರ ನಂತರ ಇನ್ನೊಬ್ಬ ಮಸೀಹಾ ಬರುವವರಿದ್ದಾರೆ, ಇನ್ನೂ ಬಂದಿಲ್ಲ. ಕ್ರಿಶ್ಚಿಯನ್ ಧರ್ಮದ ನಂಬಿಕೆ ಎಂದರೆ ಜೀಸಸ್ ದೇವರ ದೂತರಾಗಿದ್ದಾರೆ ಹಾಗೂ ದೇವರ ಪುತ್ರರಾಗಿದ್ದಾರೆ. ಮುಸಲ್ಮಾನರು ಹೇಳುವುದೆಂದರೆ, ಜೀಸಸ್ ಕೇವಲ ನಬಿ ಅಥವಾ ಪ್ರೊಫೆಟ್ ಅಥವಾ ಪೈಗಂಬರ್ ಹೌದು, ದೇವರ ಪುತ್ರನಲ್ಲ. ಇಸ್ಲಾಂನಲ್ಲಿ ಮಹಮದ್‌ರನ್ನು ಅಲ್ಲಾಹ್‌ನ ಅಂತಿಂ ಪೈಗಂಬರ್ ಎಂದು ಹೇಳುತ್ತಾರೆ. ಹೀಗೆ ಪೈಗಂಬರ್ ಬೇರೆ ಬೇರೆ ಆಗಿರುತ್ತಾರೆ; ಯಹೂದಿ

ಧರ್ಮದಲ್ಲಿ ಮೂಸಾ, ಕ್ರಿಶ್ಚಿಯನ್ ಧರ್ಮದಲ್ಲಿ ಜೀಸಸ್ ಹಾಗೂ ಇಸ್ಲಾಂ ಧರ್ಮದಲ್ಲಿ ಮೊಹ್ಮದ್.

ಯಹೂದಿ ಧರ್ಮವು ಸುಮಾರು 4000 ವರ್ಷಗಳ ಹಿಂದೆ ಪ್ರಾರಂಭ ಆಗಿದೆ. ಮೂಸಾ ಪೈಗಂಬರ್ 3000 ವರ್ಷಗಳ ಹಿಂದೆ ಜೀವಿಸಿದ್ದರಂತೆ. ಜೀಸಸ್‌ರು 2000 ವರ್ಷಗಳ ಮೊದಲಿಗೆ ಮತ್ತು ಮೊಹ್ಮದ್‌ರು 1400 ವರ್ಷಗಳ ಮೊದಲಿಗೆ, ಹೀಗೆ ಭಾರತದಲ್ಲಿ ಉಪನಿಷತ್‌ಗಳು ರಚಿಸುತ್ತಿರುವಾಗ ಬುದ್ಧಗುರು ಜೀವಂತವಾಗಿದ್ದರು. ಆಗ ಯಹೂದಿ ಧರ್ಮದ ಮೊದಲ ದೇವಾಲಯ ಕೆಡವಲಾಯಿತು. 2000 ವರ್ಷಗಳ ಹಿಂದೆ ಶಕರಾಜನು ಉತ್ತರ ಭಾರತದ ಮೇಲೆ ಆಡಳಿತ ನಡೆಸುತ್ತಿರುವಾಗ ಜೀಸಸ್‌ರು ಇಸ್ರೇಲ್‌ನಲ್ಲಿ ಜೀವಂತವಾಗಿದ್ದರು. 1400 ವರ್ಷಗಳ ಹಿಂದೆ ಹರ್ಷವರ್ಧನರು ಉತ್ತರ ಭಾರತದಲ್ಲಿ ಆಡಳಿತ ನಡೆಸುತ್ತಿರುವಾಗ ಮೊಹ್ಮದ್ ಪೈಗಂಬರರು ಅರಬ್‌ನಲ್ಲಿ ಜೀವಂತವಾಗಿದ್ದರು.

# 9

# ಪ್ರಾಚೀನ ನಾಗರಿಕತೆಗಳಲ್ಲಿ ಸಮಲೈಂಗಿಕತೆ

## ಮಿಶ್ರ ನಾಗರಿಕತೆಯಲ್ಲಿ ಸಮಲೈಂಗಿಕತೆ

**ಅಂಕಿತ:** ನಾವೀಗ ಜಗತ್ತಿನ ಅನೇಕ ಧರ್ಮಗಳ ಕುರಿತು ಮಾತಾಡಿದೆವು. ಇನ್ನೂ ಹಲವು ಧರ್ಮ ಸಂಪ್ರದಾಯಗಳಿವೆ, ಚೀನ ದೇಶದ ತನ್ನದೇ ಪರಂಪರೆ ಇದೆ. ಮಿಶ್ರದ ತನ್ನದೇ ಪರಂಪರೆ ಇದೆ. ಇಲ್ಲಿಯೂ ಸಮಲೈಂಗಿಕತೆ ಇದೆಯೇ?

**ದೇವದತ್ತ:** ಪ್ರತಿಯೊಂದು ಸಂಸ್ಕೃತಿಯಲ್ಲಿಯೂ ನಮಗೆ ಸಮಲೈಂಗಿಕತೆ ಮತ್ತು ತೃತೀಯ ಪ್ರಕೃತಿಯ ಕಥೆ ಪ್ರಸಂಗಗಳು ದೊರೆಯುತ್ತವೆ. ಮಿಶ್ರದಲ್ಲಿಯೂ ಇಂಥ ಕಥೆಗಳಿವೆ.

ಬನಾಯಿರಿಸ್ ಮಿಶ್ರದೇಶದ ಮೊದಲ ದೇವತೆ. ಅವನ ತಮ್ಮ ಆತನ ಕೊಲೆ ಮಾಡಿದೆ.

ಬನಾಯಿರಿಸ್‌ನ ಪುತ್ರ ಹೊರಸ್‌ನೊಡನೆ ಸಂಭೋಗ ಮಾಡಿದ. ಮುಂಜಾನೆ ಎದ್ದ ಕೂಡಲೆ ಸೇಥನು ಅವರಿಬ್ಬರ ಸಂಭೋಗದಲ್ಲಿ ತಾನು ಹೆಚ್ಚು ಪ್ರಭಾವ ಬೀರಿದ್ದೇನೆ. ಆದ್ದರಿಂದ ಅವನಿಗೆ ಮಿಶ್ರದ ಮೇಲೆ ರಾಜಾಧಿಕಾರ ನಡೆಸಲು ಹಕ್ಕು ಕೊಡಬೇಕು ಎಂದು ಜೋರಾಗಿ ಪ್ರತಿಪಾದಿಸಿದ. ಆದರೆ ಹೋರಸ್‌ನು ತಾನು ಸಂಭೋಗದಲ್ಲಿ ಹೆಚ್ಚು ಪ್ರಭಾವ ಬೀರಿದ್ದೇನೆ. ಆದ್ದರಿಂದ ನನಗೆ ರಾಜಾಧಿಕಾರ ಕೊಡಬೇಕು ಎಂದು ಜನರು ನಂಬುವಂತೆ ಹೇಳಿಕೊಂಡ.

ಇಲ್ಲಿ ಸಮಲೈಂಗಿಕತೆಯನ್ನು ರಾಜಾಧಿಕಾರ ಹಾಗೂ ಪ್ರಭಾವ ಹೆಚ್ಚಾಗಿಸಿಕೊಳ್ಳುವ ವಿಷಯವಾಗಿ ನೋಡಲಾಗುತ್ತದೆ ಎಂದು ಗಮನಿಸಬೇಕಾಗಿದೆ. ಯಾರು ಸಮಲೈಂಗಿಕತೆಯಲ್ಲಿ ಹೆಚ್ಚು ಪ್ರಭಾವಶಾಲಿಗಳು ಹಾಗೂ ಕ್ರಿಯಾಶೀಲರಾಗಿರುತ್ತಾರೋ ಅವರು ಪ್ರಭಾವ ಹಾಗೂ ಅಧಿಕಾರ ಪಡೆಯುತ್ತಾರೆ ಎನ್ನುವುದು ವಿಶೇಷ. ಹೀಗೆ ಮಿಶ್ರ ಪರಂಪರೆಯಲ್ಲಿ ಸಮಲೈಂಗಿಕತೆಯನ್ನು ಸ್ವೀಕರಿಸಲಾಗಿದೆ. ಅಲ್ಲಿಯ ದೇವತೆಗಳಲ್ಲಿಯೂ ಇದು ಕಂಡುಬರುತ್ತದೆ.

## ಚೀನ ನಾಗರಿಕತೆಯಲ್ಲಿ ಸಮಲೈಂಗಿಕತೆ

ಚೈನಾ ದೇಶದ ತಾವೋವಾದದ ಪ್ರಕಾರ ಸ್ವರ್ಗವೂ ಚೈನಾ ದೇಶದ ಸಾಮ್ರಾಟನಿಗೆ ವಿಶ್ವವನ್ನು ಸುವ್ಯವಸ್ಥಿತಗೊಳಿಸುವ ಅಧಿಕಾರ ಕೊಟ್ಟಿತ್ತು. ಇದನ್ನು ಸಾಕಾರಗೊಳಿಸಲು ಫೋರ್ಬಿಡನ್ ನಗರದಲ್ಲಿ ಅವನೊಬ್ಬನೇ ಪುರುಷನಾಗಿರುವುದು ಅವಶ್ಯಕವಾಗಿತ್ತು; ಸಾಮ್ರಾಟನ ರಕ್ಷಣೆಯು ಕಿನ್ನರರ ಸೇನೆ ಮಾಡುತ್ತಿತ್ತು.

ಆದರೆ ಆ ಕಿನ್ನರರು ಟ್ರಾನ್ಸ್‌ಜೆಂಡರ್‌ರಾಗಿರಲಿಲ್ಲ. ಪುರುಷರಾಗಿದ್ದರು ಹಾಗೂ ಅವರ ಲಿಂಗ ತೆಗೆಸಲಾಗಿತ್ತು. ತಾವೋವಾದದ ಪೌರಾಣಿಕ ಕಥೆಗಳಲ್ಲಿ ಕೇವಲ ಸ್ತ್ರೀಯರೇ ಇರುವ ಅನೇಕ ರಾಜ್ಯಗಳ ವರ್ಣನೆ ಇವೆ. ಕೆಲ ರಾಜ್ಯಗಳ ವರ್ಣನೆಯಲ್ಲಿ ಪುರುಷರು ಕೆಲಸ ಮಾಡುವವರು ಇದ್ದರೆಂಬ ದಾಖಲೆಗಳಿವೆ. ಒಂದು ಕಥೆ ಹೀಗೂ ಇದೆ; ಇದರಲ್ಲಿ ಒಬ್ಬ ಪುರುಷ ಮತ್ತೊಬ್ಬ ಪುರುಷನನ್ನು ಪ್ರೀತಿಸುವ ಕಾರಣ ಅವನನ್ನು ಗಲ್ಲಿಗೇರಿಸಲಾಗುತ್ತದೆ ಮತ್ತು ಅವನಿಗೆ ಪಾತಾಳಲೋಕದ ದೇವತೆಗಳು ಮೂಲ ರೂಪದ ದೇವತೆಯಾಗಿ ಪರಿವರ್ತಿಸುತ್ತಾರೆ. ಈ ಮೂಲರೂಪದ ದೇವತೆ ಸಮಲೈಂಗಿಕತೆಯ ದೇವತೆಯಾಗಿ ಗೌರವಿಸಲ್ಪಡುತ್ತದೆ. ತೃತೀಯ ಪ್ರಕೃತಿಯ ಸ್ವಭಾವ ಕುರಿತು ಕೆಲವು ಕಥೆಗಳಿವೆ.

## ಕತ್ತರಿಸಿದ ತೋಳಿನ ಕಥೆ

ಕನ್‌ಫ್ಯೂಶಿಯಸ್ ಪರಂಪರೆಯಲ್ಲಿನ ಅನೇಕ ಕಥೆಗಳಲ್ಲಿ ರಾಜರ ಅರಮನೆ, ಮಠ ಹಾಗೂ ಸೇವೆಗಳಲ್ಲಿ ಪುರುಷರೊಡನೆ ಪುರುಷರ ಪ್ರೇಮ ಕುರಿತು ಪ್ರಸಂಗಗಳು ಜನಪ್ರಿಯವಾಗಿವೆ. ಆಯ್ ಎಂಬ ಹೆಸರಿನ ಸಾಮ್ರಾಟನ ಕಥೆಯಲ್ಲಿ ಅವನಿಗೆ ಓರ್ವ ಹುಡುಗನೊಡನೆ ಪ್ರೇಮವಿದ್ದದ್ದು ಕಂಡುಬರುತ್ತದೆ. ಒಂದು ಮುಂಜಾನೆ ಎಚ್ಚರವಾದಾಗ ನೋಡುತ್ತಾನೆ. ತನ್ನ ಪಕ್ಕದಲ್ಲಿ ಒಬ್ಬ ಹುಡುಗ ಅವನ ಅಂಗಿಯ ತೋಳಿನ ಮೇಲೆ ಮಲಗಿದ್ದ. ಆ ಹುಡುಗ ಅತಿ ಸುಂದರನಾಗಿದ್ದು, ಪಾಪ ಅವನಿಗೆ ಎಚ್ಚರಿಸಬೇಕೆಂದು ಸಾಮ್ರಾಟನಿಗೆ ಅನಿಸಲಿಲ್ಲ. ಬದಲಿಗೆ ತನ್ನ ಖಡ್ಗದಿಂದ ಶರ್ಟಿನ ತೋಳು ಕತ್ತರಿಸಿ ಮತ್ತೆ ಧರಿಸಿದ ಹಾಗೂ ಹುಡುಗನ ನಿದ್ರೆಗೆ ಭಂಗ ತರಲಿಲ್ಲ. ಈ ಕಥೆಯು ಚೀನಾದಲ್ಲಿ ಬಹಳ ಜನಪ್ರಿಯವಂತೆ. ಚೀನಾದಲ್ಲಿ ಇಂದಿಗೂ ಕೂಡ ಸಮಲೈಂಗಿಕತೆ ಕುರಿತು ಅಲಂಕಾರಿಕವಾಗಿ ಹೇಳಬೇಕಾದರೆ 'ಕತ್ತರಿಸಿದ ತೋಳಿನ ವಾಸನೆ' ಎಂದು ಹೇಳುತ್ತಾರಂತೆ.

## ಯುನಾನ್ ನಾಗರಿಕತೆಯಲ್ಲಿ ಸಮಲೈಂಗಿಕತೆ

ಭಾರತೀಯ ಪರಂಪರೆಯ ಕಥೆಗಳಲ್ಲಿ ಯಾವಾಗಲೂ ಪುರುಷರು ಸ್ತ್ರೀರೂಪ ಧರಿಸುತ್ತಾರೆ ಅಥವಾ ಸ್ತ್ರೀಯು ಪುರುಷನ ರೂಪ ಧರಿಸುತ್ತಾಳೆ. ಉದಾಹರಣೆಗೆ ಶಿಖಂಡಿಯು ಸ್ತ್ರೀಯಿಂದ ಪುರುಷನ ರೂಪ ಧರಿಸುವ ಕಥೆ. ಗೋಪೇಶ್ವರ ಮಹಾದೇವರೂಪಿ ಶಿವ ಸ್ತ್ರೀರೂಪ ಧರಿಸುವುದು. ಇಲ್ಲಿ ವ್ಯಕ್ತ ಶರೀರ ಅಥವಾ ಭೌತಿಕ ಶರೀರಗಳಲ್ಲಿ ಬದಲಾವಣೆ ಆಗುವುದು ಕಾಣುತ್ತೇವೆ. ಆದರೆ ಯುನಾನ್‌ನ ಕಥೆಗಳಲ್ಲಿ ಇಬ್ಬರು ಪುರುಷರ ನಡುವೆ ಅಥವಾ ಇಬ್ಬರು ಸ್ತ್ರೀಯರ ನಡುವೆ ಪ್ರೇಮ ಅಂಕುರವಾಗುವುದು ನಡೆಯುತ್ತಿತ್ತು. ಇಲ್ಲಿ ಭೌತಿಕ ಶರೀರದಲ್ಲಿ ಅಥವಾ ವ್ಯಕ್ತ ಶರೀರದಲ್ಲಿ ಬದಲಾವಣೆಗಳಾಗದೆ ಕೇವಲ ಭಾವ ಶರೀರದಲ್ಲಿ ಬದಲಾವಣೆ ಕಾಣುತ್ತೇವೆ.

## ಜೀವುಸ್ ಮತ್ತು ಗೈನಿಮಿಡೀಸ್‌ರ ಕಥೆ

ಈ ತರಹದ ಕಥೆ ಜೀವುಸ್ ಹಾಗೂ ಗೈನಿಮಿಡೀಸ್‌ರ ಕುರಿತೂ ಇದೆ. ಸ್ವರ್ಗದ ದೇವತೆ ಜೀವುಸ್ ಟ್ರಾಯ್‌ನ ರಾಜಕುಮಾರ ಗೈನಿಮಿಡೀಸ್‌ನೊಡನೆ ಪ್ರೇಮ ಜಾಲದಲ್ಲಿ ಸಿಕ್ಕಿಕೊಂಡ. ಒಂದು ದಿವಸ ಅವನು ಗರುಡನ ರೂಪ ಧರಿಸಿ ಗೈನಿಮಿಡೀಸ್‌ನ ಅಪಹರಣ ಮಾಡಿದ ಹಾಗೂ ತನ್ನ ವಾಸಸ್ಥಳ ಓಲಿಂಪಾನ್ ಪರ್ವತದ ಮೇಲೆ ಕರೆದುಕೊಂಡು ಹೋದ. ಈ ಕಥೆಯಲ್ಲಿ ನಡೆದಂತೆಯೇ ಯುನಾನ್‌ನ ಅನೇಕ

ಕಥೆಗಳಲ್ಲಿಯೂ ಪುರುಷರು ಹಾಗೂ ಹುಡುಗರಲ್ಲಿ ಪ್ರೇಮವಾಗುತ್ತದೆ. ಈ ಪ್ರೇಮವು ಎರಡು ಪೀಳಿಗೆಯಲ್ಲಿನ ವ್ಯಕ್ತಿಗಳಲ್ಲಿಯೂ ಘಟಿಸುತ್ತದೆ.

## ಆರ್ಟೆಂಬಿಸ್ ಕಥೆ

ಇಂಥ ಕಥೆಗಳು ನಮ್ಮ ಭಾರತೀಯ ಸಂಸ್ಕೃತಿಯಲ್ಲಿ ದೊರೆಯುವುದಿಲ್ಲ. ಪ್ರತಿ ಸಂಸ್ಕೃತಿಯೂ ತಮ್ಮದೇ ರೀತಿಯಲ್ಲಿ ಸಮಲೈಂಗಿಕತೆಯನ್ನು ನೋಡುತ್ತದೆ. ಭಾರತೀಯ ಪರಂಪರೆಯು ಇದನ್ನು ಜೆಂಡರ್ ಶಿಫ್ಟ್ ಅಂದರೆ ವ್ಯಕ್ತ ಶರೀರವಾಗಿ ಬದಲಾವಣೆ ಅಥವಾ ಭೌತಿಕ ಶರೀರವಾಗಿ ಬದಲಾವಣೆಯ ಮೂಲಕ ಅಭಿವ್ಯಕ್ತಿಸುತ್ತದೆ. ಆದರೆ ಯುನಾನ್ ಪರಂಪರೆಯು ಇದನ್ನು ಕೇವಲ ಭಾವಶರೀರದ ಬದಲಾವಣೆಯ ಮೂಲಕ ಅಭಿವ್ಯಕ್ತಿಸುತ್ತದೆ. ಜೀವುಸ್‌ರ ಮಗಳು ಆರ್ಟೆಂಬಿಸ್‌ಳು ಒಬ್ಬ ದೇವತೆಯಾಗಿದ್ದಳು. ಆಕೆ ಸ್ತ್ರೀಯರೊಡನೆ ಇರುತ್ತಿದ್ದಳು. ಒಂದು ದಿವಸ ಜೀವುಸ್ ತನ್ನ ರೂಪ ಬದಲಾಯಿಸಿ ಆರ್ಟೆಂಬಿಸ್ ರೂಪ ಧರಿಸಿ ಆರ್ಟೆಂಬಿಸ್ ಗೆಳತಿ ಕೈಲಿಸ್ಟೋಳೊಡನೆ ಸಂಭೋಗ ಮಾಡಿದಳು. ಇದು ಆರ್ಟೆಂಬಿಸ್‌ಗೆ ಗೊತ್ತಾದೊಡನೆ ಆಕೆ ಬಹಳ ಸಿಟ್ಟಾಗುತ್ತಾಳೆ ಹಾಗೂ ಕ್ಯಾಲಿಸ್ಟೋಗೆ ಕರಡಿ ರೂಪದಲ್ಲಿ ಬದಲಾಯಿಸುತ್ತಾಳೆ.

ಈ ಕಥೆಗಳಿಂದ ಯುನಾನಿ ಪರಂಪರೆಯಲ್ಲಿ ದೇವಿ–ದೇವತೆಯರಲ್ಲಿ ಸಮಲೈಂಗಿಕ ಸಂಬಂಧಗಳಾಗುತ್ತಿದ್ದವು ಎಂದು ಸ್ಪಷ್ಟವಾಗುತ್ತದೆ.

## ಹೋಮೋಫೋಬಿಯಾದ ಪ್ರಾರಂಭ

ಸುಮಾರು 1500 ವರ್ಷಗಳ ಹಿಂದೆ ಅಬ್ರಾಹ್ಮೀ ಮತ್ತು ವಿಶೇಷವಾಗಿ ಕ್ರಿಶ್ಚಿಯನ್ ಪರಂಪರೆಯು ಯುನಾನೀ ಪರಂಪರೆ ಮೇಲೆ ಹಿಡಿತ ಸಾಧಿಸಿತು. ರೋಮ್ ಹಾಗೂ ಯುನಾನಿ ಪರಂಪರೆಯವರು ಸಮಲೈಂಗಿಕತೆಯನ್ನು ಒಪ್ಪುತ್ತಾರೆ ಎಂಬುದು ಕ್ರಿಶ್ಚಿಯನ್ನರ ಅರಿವಿಗೆ ಬಂತು. ಆಗ ಕ್ರಿಶ್ಚಿಯನ್ನರು ತಮ್ಮ ಪರಂಪರೆ ಮತ್ತು ಆಚರಣೆಗಳ ಪ್ರಕಾರ ಸಮಲೈಂಗಿಕತೆಯನ್ನು ದಂಡನೀಯ ಅಪರಾಧವನ್ನಾಗಿ ಮಾಡಿದರು.

ಆಧುನಿಕ ಯುಗದಲ್ಲಿ ಹೋಮೋಫೋಬಿಯಾ ಅಥವಾ ಸಮಲೈಂಗಿಕತೆ ವಿರುದ್ಧ ಅನ್ಯಾಯ ಇಲ್ಲಿಂದಲೇ ಪ್ರಾರಂಭವಾಯಿತು ಎಂದು ಹೇಳುತ್ತಾರೆ.

1) ಗ್ರೀನ್ ಬರ್ಗ್, ಡಿ.ಎಫ್. ಮತ್ತು ಬೀಸ್ಟ್ರೀನ್, ಎಮ್‌ಎಚ್. (1982) ಕ್ರಿಶ್ಚಿಯನ್ ಇಂಟಾಲರೆನ್ಸ್ ಆಫ್ ಹೋಮೋಸೆಕ್ಸ್ಯುವಾಲಿಟಿ. ಅಮೇರಿಕನ್ ಜರ್ನಲ್ ಆಫ್ ಸೋಶಿಯಾಲಜಿ, 88 (3), 515–548.

# 10

# ಇಂದು ಮನೆಗಳಲ್ಲಿ ಸಮಲೈಂಗಿಕತೆ

## ತಮ್ಮ ಸಮಲೈಂಗಿಕತೆಯನ್ನು ಹೇಗೆ ತೆರೆದಿಡುವುದು?

**ಅಂಕಿತ:** ನಾವು ವಿಶ್ವದ ಎಲ್ಲ ಧರ್ಮಗಳ ಕುರಿತು ಮಾತಾಡಿದೆವು. ಭಾರತೀಯ ಧರ್ಮಗಳ ಕುರಿತು ಬಹಳ ಚರ್ಚೆ ಮಾಡಿದೆವು. ನಾನೀಗ ತಮ್ಮಿಂದ ನಮ್ಮ ಬದುಕಿನ ಕುರಿತು ಮಾರ್ಗದರ್ಶನ ಬಯಸುವೆ. ನನ್ನ ಮೊದಲ ಪ್ರಶ್ನೆ ಎಂದರೆ, ನನ್ನ ಒಬ್ಬ ಆತ್ಮೀಯ ಗೆಳೆಯ ಇದ್ದಾನೆ. ಆತ ಪ್ರಾಧ್ಯಾಪಕ. ಅವನು ಸಲಿಂಗಕಾಮಿ ಹಾಗೂ ತನ್ನ ಲೈಂಗಿಕತೆಯ ಕುರಿತು ಯಾರೊಂದಿಗೂ ಹೇಳಿಕೊಳ್ಳಲು ಸಾಧ್ಯವಾಗುತ್ತಿಲ್ಲ. ಆದರೆ ಸಮಾಜದಲ್ಲಿ ಅದನ್ನು ಸ್ಪಷ್ಟಪಡಿಸುವುದು ಹೇಗೆ? ಅಥವಾ ಕಮ್‌ಔಟ್ ಆಗೋದು ಹೇಗೆ?

**ದೇವದತ್ತ:** ಕಮ್‌ಔಟ್ ಎಂದರೆ ತಮ್ಮ ಪರಿವಾರದವರು ಹಾಗೂ ತಮ್ಮ ಪ್ರೀತಿಪಾತ್ರರಿಗೆ ತಿಳಿಸುವುದು. ಭಾರತದಲ್ಲಿ ನಮ್ಮೆಲ್ಲರ ನಂಬಿಕೆ ಎಂದರೆ, ನಮ್ಮ ಪರಿವಾರ ನಮ್ಮನ್ನು ಸ್ವೀಕರಿಸಿದರೆ ಈ ಸಮಾಜವನ್ನು ಎದುರಿಸುವುದು ಕಷ್ಟವೇನಲ್ಲ. ನಮ್ಮಲ್ಲಿ ನ್ಯಾಯ ಮತ್ತು ಸಂವಿಧಾನದ ಸ್ವೀಕೃತಿಗಿಂತ ಕುಟುಂಬದ ಸ್ವೀಕೃತಿಯೇ ಬಹಳ ಮಹತ್ವದ್ದಾಗಿದೆ. ನಾವು ವಿಶೇಷವಾಗಿ ಗಮನಿಸಬೇಕಾದುದೆಂದರೆ, ವಿಶೇಷವಾಗಿ ನಮ್ಮ ಕುಟುಂಬದ ಜನರಿಗೆ ಈ ಕುರಿತು ಜ್ಞಾನವಿರುವುದಿಲ್ಲ. ಕಾರಣ ಯಾರಾದರೂ ತಮ್ಮ ಸಮಲೈಂಗಿಕತೆ ಸ್ವಭಾವ ಕುರಿತು ಕುಟುಂಬದವರಿಗೆ ತಿಳಿಸಿದರೆ ಅದು ನೇರಾ ವಿಚಿತ್ರ ಎಂದು ಅನಿಸುತ್ತದೆ. ಇಂಥದು ನಾವು ಕೇಳೇ ಇಲ್ಲವೆನಿಸುತ್ತದೆ.

ಕುಟುಂಬದವರು ಸಮಲೈಂಗಿಕತೆಯನ್ನು ಅದ್ಭುತ ಮಾತ್ರವಲ್ಲ ವಿಚಿತ್ರ ಎಂದು ಭಾವಿಸುತ್ತಾರೆ, ಭಿನ್ನವಾದದ್ದು ಅಂದುಕೊಳ್ಳುತ್ತಾರೆ, ತಿರಸ್ಕರಿಸಬೇಕು ಎಂದು ಭಾವಿಸುತ್ತಾರೆ. ಇದು ಏಕೆ–ಹೇಗೆ? ಇದು ಯಾಕೆಂದರೆ ಹೊರಗೆ ಸಮಾಜದಲ್ಲಿ ಸಲಿಂಗಕಾಮಿಗಳ ಬಗ್ಗೆ ವ್ಯಂಗ್ಯ ಮಾಡಲಾಗುತ್ತದೆ. ಸಮಲೈಂಗಿಕತೆಯನ್ನು ಅಪಹಾಸ್ಯದ ವಸ್ತುವಾಗಿಸಲಾಗುತ್ತದೆ. ಆದ ಕಾರಣ ಕುಟುಂಬ ಸದಸ್ಯರ ದೃಷ್ಟಿಕೋನವೂ ಹಾಗೇ ರೂಪಿತವಾಗಿರುತ್ತದೆ. ತಾಯಿ ತಂದೆ ಮೊದಲಿಗೆ ಇದು ಹೀಗೂ ಇರುತ್ತದೆಯೇ? ಎಂದುಕೊಳ್ಳುತ್ತಾರೆ. ಮತ್ತೊಂದು ಅನುಮಾನವೆಂದರೆ, ತಾವು ಇದನ್ನು ಸ್ವೀಕರಿಸಬಹುದಾದರೂ, ಆಮೇಲೆ ನೆಂಟರಿಷ್ಟರು ಏನಂದುಕೊಳ್ಳುತ್ತಾರೊ! ಎನ್ನುವ ಯೋಚನೆ ಮಾಡುತ್ತಾರೆ ಆನಂತರ ತಮ್ಮ ಮಗ ಬದುಕುವುದು ಹೇಗೆ? ಅವನಿಗೆ ಮದುವೆಯಾಗುವುದೆ? ನೌಕರಿ ದೊರೆಯುತ್ತದೆಯೆ? ದಾಂಪತ್ಯಸುಖ ಹೇಗೆ? ಹೀಗೆಲ್ಲ ತುಮುಲಗಳು ಕಾಡುತ್ತವೆ.

ಇಂದಿನ ಸಮಾಜದಲ್ಲಿ ಸಮಲೈಂಗಿಕತೆಯನ್ನು ಸ್ಪಷ್ಟಪಡಿಸಲು ಕಮ್‌ಔಟ್ ಎಂಬ ಇಂಗ್ಲಿಷ್ ಶಬ್ದ ಪ್ರಯೋಗಿಸಲಾಗುತ್ತಿದೆ. ಈ ಶಬ್ದದಿಂದ ಅನಿಸುವುದೆಂದರೆ, ಏನೋ ತಾವು ಬಂಧನದಲ್ಲಿದ್ದೀವಿ ಹಾಗೂ ಬಂಧನದಿಂದ ಹೊರಬರುತ್ತಿದ್ದೇವೆ ಎನ್ನುವಂತೆ, ಜೈಲಿನಿಂದ ಬಿಡುಗಡೆಯಾಗುತ್ತಿದ್ದೀರಿ ಎನ್ನುವಂತೆ. ಈ ಸಮಾಜಕ್ಕೆ ನಿಜರೂಪ ತೋರಲು ಕಾರಾಗೃಹದಿಂದ ಹೊರಬರುತ್ತಿದ್ದೀರಿ ಎನ್ನುವಂತೆ. ಎಲ್ಲರಿಗೂ ಸಮಲೈಂಗಿಕತೆಯ ಪರಿಕಲ್ಪನೆ ಸರಳವಾಗಿ ಅರ್ಥವಾಗಲಾರದು ಎಂದೂ ನೀವು ಅರಿತುಕೊಳ್ಳಬೇಕು.

ಸಾವಕಾಶವಾಗಿ ಸಂಯಮದಿಂದ ಸಮಲೈಂಗಿಕತೆ ಲೋಕ ಕುರಿತು ತಿಳಿಹೇಳಬೇಕಾಗುತ್ತದೆ. ಬಹುಶಃ ಒಂದೆರಡು ವರ್ಷ ಬೇಕಾದೀತು ಕೂಡ. ಸಮಲೈಂಗಿಕತೆ ಕುರಿತು ವರ್ಣನೆ ಇರುವ ಹಿಂದಿ ಸಿನಿಮಾಗಳು ಅವರಿಗೆ ತೋರಿಸಬಹುದು. 'ದೋಸ್ತಾನಾ' ಎನ್ನುವುದು ಇಂಥದೇ ಸಿನಿಮಾ ಆಗಿದೆ.

ಅದು ಅಂತಹ ಶ್ರೇಷ್ಠ ಸಿನಿಮಾ ಅಲ್ಲದೇ ಇದ್ದರೂ ಜನರಿಗೆ ಇಷ್ಟ ಆಗಿತ್ತು. 'ಶುಭಮಂಗಲ್ ಜ್ಯಾದಾ ಸಾವಧಾನ್' ಒಂದು ಹೊಸ ಸಿನಿಮಾ ಆಗಿದೆ. ಇದು ಸಮಲೈಂಗಿಕತೆಯ ಸಂಬಂಧಗಳು ವರ್ಣಿಸುತ್ತದೆ. ಬಾಲಿವುಡ್‌ನಲ್ಲಿ ಮೊದಲ ಬಾರಿಗೆ ಇಂತಹ ಸಿನಿಮಾ ನೋಡಲು ಸಿಗುತ್ತಿದೆ. 'ಏಕ್ ಲಡಕೀ ದೇಖಾತೋ ಐಸಾ ಲಗಾ' ಕೂಡ ಇಂತಹದೇ ಒಂದು ಸಿನಿಮಾ.

ಇಂತಹ ಅನೇಕ ಇಂಗ್ಲಿಷ್ ಸಿನಿಮಾಗಳು ನೋಡಲು ದೊರೆಯುತ್ತವೆ. ಉದಾಹರಣೆಗೆ ಬ್ರೋಕ್‌ಬೈಕ್ ಮೌಂಟೇನ್, ಮೂನ್‌ಲೈಟ್, ಕಾಲ್ ಮೀ ಬಾಯ್ ಯುವರ್ ನೇಮ್ ಇತ್ಯಾದಿ. ಇಂತಹ ಚಲನಚಿತ್ರಗಳನ್ನು ನೋಡುವುದರಿಂದ ಕುಟುಂಬದವರಿಗೆ ಇಂತಹ ಚಿತ್ರ ಯಾಕಾಗಿ ತೋರಿಸುತ್ತಿರುವಿ ಎಂದು ಅರ್ಥವಾದೀತು. ಅವರಲ್ಲಿ ಅನುಮಾನಗಳು ಹುಟ್ಟುತ್ತವೆ, ಶಂಕೆ ಸಂಶಯ ಪಡುತ್ತಾರೆ, ಪ್ರಶ್ನೆಗಳು ಏಳುತ್ತವೆ. ಮತ್ತೆ ಬರಬರುತ್ತ ಅವರಿಗೆ ಸಮಲೈಂಗಿಕರನ್ನು ಪರಿಚಯಿಸಿ. ಮಾತುಮಾತಿನಲ್ಲಿ ಇಂತಹ ಶಬ್ದಗಳನ್ನು ಪ್ರಸ್ತಾಪಿಸಿ. ಮುಂದುವರಿದು ತಾವು ಏನು ಹೇಳಲು ಬಯಸುತ್ತಿದ್ದೀರಿ ಎಂದು ಅವರಿಗೆ ಅರ್ಥವಾಗುತ್ತದೆ.

ಇದು ಸಹಜ ಪ್ರಕ್ರಿಯೆ ಎಂದು ನನಗೆ ಅನಿಸಿಲ್ಲ. ಸಂಕಷ್ಟಗಳು ಬರುತ್ತವೆ. ನಾನು ಯಾವಾಗಲೂ ಹೇಳುವುದೇ 'ಗೇ' ಆಗಿರುವುದು ತಮ್ಮ ಕರ್ಮವೇ ಆಗಿದೆ. ಪ್ರತಿ ಹೆಣ್ಣು ಗೇ ಅಥವಾ ಲೆಸ್‌ಬಿಯನ್ ವ್ಯಕ್ತಿಯನ್ನು ಒಪ್ಪಿಕೊಳ್ಳಲೇಬೇಕಾಗಿ ಬಂದರೆ, ತಮ್ಮ ಕುರಿತು ಕುಟುಂಬದವರು ಅರಿತರೆ ಅವರಿಗೆ ಶಾಕ್ ಆಗೋದು ಖಂಡಿತ. ಸಮಲೈಂಗಿಕತೆಯನ್ನು ಸ್ವೀಕರಿಸಲು ಅವರಿಗೆ ಸಮಯ ಬೇಕಾದೀತು.

ಉದಾಹರಣೆಗೆ ಗಾಜನ್ನು ಬಾಗಿಸುವುದು ಸಾಧ್ಯವಿಲ್ಲ. ಆದರೆ ಅದನ್ನು ಕಾಯಿಸಿದರೆ, ಬೆಂಕಿ ಬಿಸಿ ಕೊಟ್ಟರೆ ಅದೂ ಬಾಗುವುದು. ಆದರೆ ತಂಪು ಗಾಜನ್ನು ಬಾಗಿಸಲು ಯತ್ನಿಸಿದರೆ ಅದು ಮುರಿದು ಚೂರಾಗುತ್ತದೆ. ಸಂಬಂಧಗಳೂ ಕೂಡ ಹಾಗೆಯೇ ಇರೋದು. ಸಂಬಂಧಗಳನ್ನು ಕಾಯ್ದುಕೊಳ್ಳಬೇಕಾದರೆ ಅತ್ಯಂತ ಸಂಯಮದಿಂದ ಶಾಖ ಕೊಡಬೇಕಾದೀತು, ಆಗ ಸಂಬಂಧ ಮೃದುವಾಗುತ್ತದೆ. ಆಗ ನಮ್ಮಂತೆ ಬಾಗಿಸಿಕೊಳ್ಳಲು ಸಾಧ್ಯವಾಗುತ್ತದೆ.

ಸಂಬಂಧಗಳನ್ನು ಕಾಯ್ದುಕೊಳ್ಳಬೇಕು. ಒಂದೇ ದಿನದಲ್ಲಿ ಇದನ್ನು ಸ್ವೀಕರಿಸುತ್ತಾರೆ ಎಂದು ಭಾವಿಸಬೇಕಾಗಿಲ್ಲ. ಶ್ರದ್ಧೇ ಹಾಗೂ ಸಮಾಧಾನ ಎರಡೂ ಬೇಕಿರುತ್ತದೆ. ಕುಟುಂಬ ಒಟ್ಟಾಗಿಸಿಕೊಳ್ಳಲು ಪ್ರಯತ್ನಿಸಲೇಬೇಕು. ತಮ್ಮ ಹಾಗೂ ಪರರ ಸ್ವಭಾವ ಬದಲಾಯಿಸಬಹುದೆಂದು ಬಹಳ ನಿರೀಕ್ಷೆ ಇಟ್ಟುಕೊಳ್ಳುವುದು ಬೇಡ, ಆದರೆ ಅರಿವು ಮತ್ತು ಸಮರ್ಥನೆ ಬಯಸಬಹುದು. ಇದನ್ನು ಹೀಗೆ ಭಾವಿಸಬಹುದು;

ಕುಟುಂಬದ ಇತರರಿಗೆ ಅನಿಸಿದೆ ನೀವು ಮಾವಿನ ಮರವಾಗಿದ್ದೀರಿ ಎಂದು. ಆದರೆ ನೀವು ಮರವಾಗಿ ಕಾಣಿಸಿಕೊಳ್ಳುತ್ತೀರಿ. ಮಾವಿನ ಹಣ್ಣು ಮಾವಿನ ರಸ ಕೊಡುತ್ತದೆ, ಆದರೆ ಪೇರಳೆ ಮಾವಿನ ರಸ ಕೊಡಲಾರದು. ಆದರೆ ಅದರಿಂದ ಪೇರಳೆ ಮುರಬ್ಬ, ಜೆಲ್ಲಿ ಖಂಡಿತವಾಗಿ ಮಾಡಬಹುದು. ತಾವು ತಮ್ಮ ಪರಿವಾರಕ್ಕೆ ವಿಭಿನ್ನವಾದ ಲೋಕದ ಪರಿಚಯ ಮಾಡಿಸಲೇಬೇಕಾಗಿದೆ. ಇದಕ್ಕಾಗಿ ಧೈರ್ಯದಿಂದ ಇರಲೇಬಾಗಿದೆ.

## ಸಮಲೈಂಗಿಕರ ಕುರಿತ ತಪ್ಪು ಕಲ್ಪನೆಗಳು

**ಅಂಕಿತ:** ಸಮಲೈಂಗಿಕತೆ ಕುರಿತು ಮತ್ತೊಂದು ಪರಿಕಲ್ಪನೆ ಎಂದರೆ, ಅವರು ಫ್ಯಾಶನ್ ಇಂಡಸ್ಟ್ರೀಯಲ್ಲಿ ಇರುವ ಜನ ಅಥವಾ ಹೇರ್ ಸ್ಟೈಲಿಸ್ಟ್ ಆಗಿರುತ್ತಾರೆ ಅಥವಾ ಮೇಕಪ್ ಆರ್ಟಿಸ್ಟ್ ಆಗಿದ್ದಾರೆ ಎನ್ನುವುದು. ಹೀಗೆ ಈ ಹುದ್ದೆಗಳನ್ನು ಸಮಲೈಂಗಿಕತೆಯೊಡನೆ ಜೋಡಿಸಿ ನೋಡಲಾಗುತ್ತದೆ. ಇದೊಂದು ಹಾಸ್ಯಾಸ್ಪದ ನಿಲುವು. ಆದರೆ ಜನ ಇಂದಿಗೂ ಹಾಗೇ ಭಾವಿಸುತ್ತಾರೆ. ಈ ನಂಬಿಕೆ ದೂರ ಮಾಡುವುದು ಹೇಗೆ?

**ದೇವದತ್ತ:** ಒಂದು ಕಾಲವಿತ್ತು, ಜನ ಹೆಣ್ಣು ಮಕ್ಕಳಿಗೆ ಓದು ಬರಹ ಸಾಧ್ಯವಿಲ್ಲ. ಅವಳು ಕೇವಲ ಮನೆಕೆಲಸ ಮಾತ್ರ ಮಾಡಿಕೊಂಡು ಇರಬಲ್ಲಳು ಎಂದು ಭಾವಿಸುತ್ತಿದ್ದರು. ಆದರೆ ಇಂದು ಮಹಿಳೆ ಪುರುಷರಿಗೆ ಹೆಗಲಾಗಿ ಕಾರ್ಪೊರೇಟ್ ವಲಯದಲ್ಲಿ, ವ್ಯವಹಾರಗಳಲ್ಲಿ, ಸೇನೆಯಲ್ಲಿ ಪೊಲೀಸ್ ಹುದ್ದೆಗಳಲ್ಲಿ ಮುನ್ನುಗ್ಗುತ್ತಿದ್ದಾಳೆ. ಹೀಗೆ ಮಹಿಳೆಯರ ಕುರಿತ ಪ್ರಾಚೀನ ವಿಚಾರಧಾರೆ ಬದಲಾಗುತ್ತಿದೆ. ಅಂತೆಯೇ ಕೆಲವರಿಗೆ ಕೆಲ ಸಮಲಿಂಗಿಗಳು ಫ್ಯಾಷನ್ ಲೋಕದಲ್ಲಿ ಎದ್ದು ಕಾಣುತ್ತಾರೆ, ನಟರಾಗಿದ್ದಾರೆ. ಅವರಿಗೆ ನೋಡಿ ಇಂತಹ ಇಂಡಸ್ಟ್ರೀಯಲ್ಲೆ ಸಮಲೈಂಗಿಕರಿದ್ದಾರೆ ಎಂದು ಅನಿಸುತ್ತದೆ. ಆದರೆ ಹಾಗಿಲ್ಲ. ಎಲ್ಲ ರೀತಿಯ ಕ್ಷೇತ್ರಗಳಲ್ಲಿ ಎಲ್ಲ ಜನ ಇರುತ್ತಾರೆ.

40–50 ವರ್ಷಗಳ ಹಿಂದೆ ಜನ ಅಂದುಕೊಳ್ಳುತ್ತಿದ್ದರು. ಉತ್ತರ ಭಾರತದ ಜನ ಸೇನೆಯಲ್ಲಿ ಸೇರುತ್ತಾರೆ ಹಾಗೂ ದಕ್ಷಿಣ ಭಾರತೀಯರು ಆಫೀಸುಗಳಲ್ಲಿ ಕೆಲಸ ಮಾಡುತ್ತಾರೆ ಎಂದು. ಇದನ್ನು ಸ್ಟೀರಿಯೋಟೈಪ್ ಆಗೋದು ಎನ್ನುತ್ತಾರೆ. ಮೊದಲಿಗೆ ದಕ್ಷಿಣ ಭಾರತೀಯರನ್ನು ಮದ್ರಾಸಿ ಎಂದೇ ಕರೆಯುತ್ತಿದ್ದರು. ಅವರು ತಮಿಳುನಾಡಿನವರಾಗಲೀ, ಕರ್ನಾಟಕದವರಾಗಲೀ, ಕೇರಳಿಗರು ಅಥವಾ ಆಂಧ್ರಪ್ರದೇಶ ಮತ್ತು ತೆಲಂಗಾಣದವರಾದರೂ ಕೂಡ. ಮನುಷ್ಯ ಕಡಿಮೆ ಜ್ಞಾನ ಹೊಂದಿಯೇ ಸುಖಿಯಾಗುತ್ತಾನೆ ಎಂದೂ ಅನಿಸುತ್ತದೆ. ಆದರೆ ಜಗತ್ತಿನಲ್ಲಿ ಎಲ್ಲ ಜ್ಞಾನ ಹೊಂದುವುದು ಅವಶ್ಯಕವಾಗಿರುತ್ತದೆ.

# ಸಮಲೈಂಗಿಕ ವಿವಾಹ ಕುರಿತ ರೀತಿ-ನೀತಿಗಳು

**ಅಂಕಿತ:** ದೇವದತ್ತ ಅವರೇ, ತಮ್ಮ 'ಐ ಆಮ್ ಡಿವೈನ್' 'ಸೋ ಆರ್ ಯು' ಬಹಳ ಒಳ್ಳೆಯ ಪುಸ್ತಕಗಳು; ಆ ಪುಸ್ತಕಗಳ ಕೊನೆಯಲ್ಲಿ ಒಂದು ಧಮಾಕಾ ಕೊಟ್ಟಿದ್ದೀರಿ. ಸಮಲೈಂಗಿಕರ ವಿವಾಹ ವಿಧಿನಿಯಮ ಚೆನ್ನಾಗಿ ಬಳಸಿದ್ದೀರಿ. ಇವು ನಿಜದ ಶಾಸ್ತ್ರೀಯ ವಿನಿಮಯಗಳೇ ಅಥವಾ ನೀವೇ ಇವುಗಳನ್ನು ರೂಪಿಸಿದ್ದೀರಾ ತಿಳಿಸಿ.

**ದೇವದತ್ತ:** ವಿವಾಹಗಳು ವಿವಿಧ ಪ್ರಕಾರದವುಗಳಾಗಿರುತ್ತವೆ. ಶಾಸ್ತ್ರಗಳಲ್ಲಿ ಎಂಟು ಪ್ರಕಾರದ ವಿವಾಹಗಳ ಪ್ರಸ್ತಾಪವಿದೆ. 60 ವರ್ಷಗಳ ಹಿಂದೆ ಒಬ್ಬ ಪುರುಷ ಅನೇಕ ಸ್ತ್ರೀಯರೊಡನೆ ವಿವಾಹವಾಗುತ್ತಿದ್ದ. ಆದರೆ ಇಂದು ಇದಕ್ಕೆ ಮಾನ್ಯತೆ ಇಲ್ಲ. ಏಕೆಂದರೆ ನಮ್ಮ ಸಂವಿಧಾನ ಇದಕ್ಕೆ ಅನುಮತಿಸುವುದಿಲ್ಲ. ಒಂದು ಕಾಲದಲ್ಲಿ ವಿವಾಹಗಳೇ ಜರುಗುತ್ತಿರಲಿಲ್ಲ. ಪುರುಷರು ಯಾರೋಂದಿಗೋ ಕೂಡಿ ಮಗುವಿನ ಜನನ ಸಾಧ್ಯವಾಗಿಸುತ್ತಿದ್ದರು. ವಿವಾಹಕ್ಕೂ ಇದಕ್ಕೂ ಸಂಬಂಧವಿರಲಿಲ್ಲ.

ಹೀಗೆ ಸಮಾಜ ಬದಲಾದಂತೆ ಅದರ ರೀತಿನೀತಿಗಳೂ ಬದಲಾಗುತ್ತವೆ. ಈಗಿನ ಸಮಾಜ ಸಮಲೈಂಗಿಕತೆಯನ್ನು ಸ್ವೀಕರಿಸಿದೆ. ಸಮಲೈಂಗಿಕರೂ ಈಗ ಮದುವೆಯಾಗಬಯಸುತ್ತಿದ್ದಾರೆ. ಮನೆಮಾರು ಹೊಂದಲು ಆಸೆ ಪಡುತ್ತಿದ್ದಾರೆ. ವಿವಾಹ ಆಗಬೇಕಾದರೆ ಅದಕ್ಕೆ ಕೆಲವು ನೀತಿನಿಯಮಗಳೂ ಇವೆ, ವಿವಾಹದ ಸಂಸ್ಕಾರವಿದೆ. ಜನ್ಮವಾದಾಗ ಜನ್ಮದ ಸಂಸ್ಕಾರ ಇದೆ, ಶಾಲೆಗೆ ಹೋಗುವಾಗ ವಿದ್ಯಾರಂಭದ ಸಂಸ್ಕಾರವಿದೆ, ವಿವಾಹ ಸಂಸ್ಕಾರ, ಅಂತ್ಯೇಷ್ಠಿ ಸಂಸ್ಕಾರ ಇರುತ್ತವೆ. ಅಂದರೆ ವಿವಾಹ ಎಲ್ಲರಿಗೂ ಬೇಕು. ಅದರ ಸಂಸ್ಕಾರವೂ ಜೊತೆಗಿದೆ. ಸಮಲೈಂಗಿಕ ಜನರಿಗೂ ಪಾಣಿಗ್ರಹಣ ಬೇಕು, ಅವರೂ ವರಮಾಲೆ ಬಯಸುತ್ತಾರೆ, ಅವರೂ ಏಳು ಸುತ್ತು ಸುತ್ತಬೇಕು. ಕಾರಣ ಅವರ ವಿವಾಹಕ್ಕೂ ನೀತಿನಿಯಮ ರೂಪಿಸಬೇಕಾಗುತ್ತದೆ.

ಅವರು ಗಂಧರ್ವ ವಿವಾಹವಾಗುತ್ತಾರೆಯೇ? ಅವರು ಯಾವ ವಿವಾಹವಾಗೋದು? ಅಸುರ ವಿವಾಹವೇ? ಋಷಿ ವಿವಾಹವೇ? ಯಾವ ರೀತಿಯ ವಿವಾಹವಾಗುತ್ತಾರೆ? ನಾನು ಕೆಲವು ವಿವಾಹ ವಿಧಿವಿಧಾನ ಅವರಿಗಾಗಿ ಚಿಂತಿಸಿದ್ದೇನೆ. ಅದರಂತೆ ಅವರು ವಿವಾಹ ಆಗಬಹುದು. ನಮ್ಮ ವಿವಾಹ ಪರಂಪರೆಗಳು ನಿಶ್ಚಿತವಾದವುಗಳೇನಲ್ಲ. ಪ್ರತಿಯೊಂದು ಜಾತಿ, ಪ್ರತಿಯೊಂದು ಪ್ರಾಂತ್ಯದಲ್ಲಿ ಬೇರೆ ಬೇರೆ ರೀತಿಯ ವಿವಾಹ ವಿಧಾನಗಳು ಇವೆ. ಆದ್ದರಿಂದ ನಾನು ಕೆಲವು ವಿಧಿವಿಧಾನ ಸೇರಿಸಿ ಕ್ರಮ ರೂಪಿಸಿದ್ದೇನೆ. ಅದರಂತೆ ಅವರು ವಿವಾಹವಾಗುತ್ತಾರೆ.

## ಮಕ್ಕಳನ್ನು ದತ್ತಕ ತೆಗೆದುಕೊಳ್ಳುವುದು ಧಾರ್ಮಿಕವಾಗಿದೆಯೇ?

**ಅಂಕಿತ:** ದೇವದತ್ತ ಅವರೇ ವಿವಾಹದ ನಂತರ ನೇರವಾಗಿ ಮಕ್ಕಳ ಪ್ರಶ್ನೆ ಏಳುತ್ತದೆ. ಸಮಲೈಂಗಿಕ ವ್ಯಕ್ತಿಗಳೂ ಮಕ್ಕಳನ್ನು ದತ್ತಕ ಪಡೆಯುತ್ತಾರೆ. ಇದು ಧರ್ಮಸಮ್ಮತವಾಗಿದೆಯೇ?

**ದೇವದತ್ತ:** ನಮ್ಮ ಶಾಸ್ತ್ರಗಳಲ್ಲಿ ವಿವಿಧ ರೀತಿಯಿಂದ ಮಕ್ಕಳ ಪಾಲನೆ ಮಾಡುವ ವರ್ಣನೆಗಳಿವೆ. ಲವ-ಕುಶರ ಪಾಲನೆ ಸೀತಾಮಾತೆ ಮಾಡಿದಂತಿರಬಹುದು. ಅದರಲ್ಲಿ ರಾಮನ ಕೊಡುಗೆ ಏನೂ ಇಲ್ಲ. ಕುಂತಿಯು ಪಾಂಡವರ ಪಾಲನೆಯನ್ನು ಏಕಾಂಗಿಯಾಗಿಯೇ ಮಾಡಿದಳು. ಶಕುಂತಲೆಯ ಲಾಲನೆ-ಪಾಲನೆಯನ್ನು ಕಣ್ವರ್ಷಿಗಳು ಮಾಡಿದರು. ಏಳು ಜನ ತಾಯಂದಿರಿದ್ದರು. ಏಳು ಸೇವಕಿ ಮಾತೆಯರು ಕಾರ್ತಿಕೇಯನ ಪಾಲನೆ ಮಾಡಿದರು.

ಹೀಗೆ ಗ್ರಂಥಗಳು ಹಾಗೂ ಕಥೆಗಳಲ್ಲಿ ಕಂಡಂತೆ ಭಾರತದಲ್ಲಿ ಮಕ್ಕಳ ಲಾಲನೆ ಪಾಲನೆ ಮಾಡುವ ಅನೇಕ ರೀತಿಗಳಿತ್ತು. ಈ ಕೆಲಸ ಇಬ್ಬರು ಪುರುಷರು ಮಾಡಬಹುದಿತ್ತು ಅಥವಾ ಇಬ್ಬರು ಸ್ತ್ರೀಯರು ಮಾಡಬಹುದಿತ್ತು. ಮಹಾರಾಷ್ಟ್ರದಲ್ಲಿ ಗಣಪತಿಗೆ ಇಬ್ಬರು ತಾಯಂದಿರಿರುವ ನಂಬಿಕೆ ಇದೆ. ಕಾರಣ ಗಣಪತಿ ಪೂಜೆಯಲ್ಲಿ ಜೇಷ್ಠ ಹಾಗೂ ಕನಿಷ್ಠ ಗೌರಿ ಪೂಜೆ ಮಾಡುತ್ತೇವೆ. ಒಡಿಶಾದಲ್ಲಿ ಇಬ್ಬರು ದೇವಿಯರಿದ್ದಾರೆ ತಾರ-ತಾರಿಣಿಯರು, ಅವರ ಪುತ್ರ ಭೈರವ. ಆದ್ದರಿಂದ ನಮ್ಮ ಶಾಸ್ತ್ರದಲ್ಲಿ ಹೇಳಿದಂತೆ ಯಾರಾದರೂ ಮಕ್ಕಳ ಆರೈಕೆ, ಪಾಲನೆ ಮಾಡಬಹುದು. ಮಕ್ಕಳ ಪಾಲನೆ ಮಾಡುವುದು ಶ್ರೇಷ್ಠ ಕೆಲಸ ಅಷ್ಟೆ.

ಆದರೆ ಇತ್ತೀಚೆಗೆ ಸರಕಾರ ಇದಕ್ಕಾಗಿ ರಿಜಿಸ್ಟ್ರೇಶನ್ ಹಾಗೂ ನಿಯಮಗಳ ಪಾಲನೆ ಬಯಸುತ್ತಿದೆ. ಹಿಂದಿನ ದಿನಗಳಲ್ಲಿ ಭಾವನೆಗಳಿಗೆ ಮಹತ್ವ ಇತ್ತು. ಈಗ ಪ್ರಮಾಣಪತ್ರಗಳಿಗೆ ಮಹತ್ವವಿದೆ.

## ಸಮಲೈಂಗಿಕ ಜನರಿಂದ ಮಕ್ಕಳ ಆರೈಕೆ

**ಅಂಕಿತ:** ಮಕ್ಕಳ ಕುರಿತಂತೆ ಇನ್ನೊಂದು ಪ್ರಶ್ನೆ ಎಂದರೆ ಸಮಲೈಂಗಿಕ ಕುಟುಂಬವನ್ನು ಜನರು ಪರಂಪರೆ ವಿರೋಧಿ ಎನ್ನುತ್ತಾರೆ. ಅದೊಂದು ವಿಚಿತ್ರ ಕುಟುಂಬ ಎನ್ನುತ್ತಾರೆ. ಇಂತಹ ಕುಟುಂಬಗಳಲ್ಲಿ ಬೆಳೆದ ಮಕ್ಕಳ ಮೇಲೆ ಏನಾದರೂ ಕೆಟ್ಟ ಪರಿಣಾಮ ಆಗುತ್ತದೆಯೇ?

**ದೇವದತ್ತ:** ತಾಯಿತಂದೆ ಮಕ್ಕಳ ಆಯ್ಕೆ ಅಲ್ಲ. ನಾವು ನಮ್ಮ ತಂದೆಯನ್ನು ಶ್ರೀಮಂತನೇ ಬಡವನೇ ಎಂದಾಗಲೀ, ಕುಡುಕನೇ ಜೂಜುಕೋರನೇ ಎಂದಾಗಲೀ ಆಯ್ಕೆ ಮಾಡಿಕೊಂಡಿರುವುದಿಲ್ಲ. ಕಣ್ಣುಪಟ್ಟಿ ಧರಿಸಿದ ತಾಯಿ ದುರ್ಯೋಧನನ ಆಯ್ಕೆ ಆಗಿರಲಿಲ್ಲ. ಜೀವನ ಪ್ರೀತಿ ಇದ್ದ ಮೇಲೆ ಯಾರೇ ನಮ್ಮ ಆರೈಕೆ ಮಾಡುತ್ತಿದ್ದರೆ ಯಾರಿಗಾದರೂ ಯಾಕೆ ತಕರಾರು ಇರಬೇಕು? ಎಷ್ಟೊಂದು ಅನಾಥ ಮಕ್ಕಳು ಅನಾಥಾಶ್ರಮದಲ್ಲಿವೆ. ಅವುಗಳಿಗೆ ತಾಯಿ ತಂದೆಯ ಪ್ರೀತಿ ಸಿಕ್ಕಿಲ್ಲ. ಒಂದು ವೇಳೆ ಯಾರೋ ಸಮಲೈಂಗಿಕ ವ್ಯಕ್ತಿ ಕೇಳುತ್ತಾನೆ, ನಾನು ಮಗುವಿನ ಆರೈಕೆ ಮಾಡಲು ಬಯಸುತ್ತೇನೆ. ಅದಕ್ಕೆ ತಾಯಿ ಅಥವಾ ತಂದೆಯ ಪ್ರೀತಿ ಕೊಡುತ್ತೇನೆ. ಮಗುವಿಗೆ ಯಾವ ಕೊರತೆ ಆಗದಂತೆ ನೋಡಿಕೊಂಡು ಸಹಜ ಸುರಕ್ಷಿತ ಮನೆಯಲ್ಲಿ ಬೆಳೆದಂತೆ ಬೆಳೆಸುವೆ ಎಂದರೆ ಯಾರಿಗಾದರು ಏಕೆ ಕೆಡುಕೆನಿಸುತ್ತದೆ? ಯಾರು ಇದನ್ನು ವಿರೋಧಿಸುತ್ತಾರೆ?

## ಪಿತೃ ಋಣಮುಕ್ತಿ

**ಅಂಕಿತ:** ಇದರೊಡನೆ ಧಾರ್ಮಿಕ ದೃಷ್ಟಿಕೋನದಿಂದ ಬೇರೆಯದೇ ಆದ ಪ್ರಶ್ನೆ ಏಳುತ್ತದೆ. ನಮ್ಮಲ್ಲಿ ಪಿತೃ ಋಣಮುಕ್ತಿಯ ಮಾತಿದೆ. ಸಮಲೈಂಗಿಕ ವ್ಯಕ್ತಿ ಮಗುವನ್ನು ದತ್ತಕ ಪಡೆಯಬಹುದು. ಇತ್ತೀಚೆಗೆ ದೇಶದಲ್ಲಿ ಹಾಗೂ ವಿದೇಶದಲ್ಲಿಯೂ ಸಮಲೈಂಗಿಕರು ಮಕ್ಕಳನ್ನು ದತ್ತು ತೆಗೆದುಕೊಳ್ಳುತ್ತಿದ್ದಾರೆ. ಇದರಿಂದ ಪಿತೃ ಋಣಮುಕ್ತಿ ಸಾಧ್ಯವೇ?

**ದೇವದತ್ತ:** ನನಗನಿಸುವುದೆಂದರೆ, ಸಮಲೈಂಗಿಕರು ಪಿತೃ ಋಣದಿಂದ ಮುಕ್ತರಾಗಿದ್ದಾರೆ. ಸಮಲೈಂಗಿಕರಾಗಿರುವುದು ಪ್ರಕೃತಿಯ ಸ್ವೀಕೃತಿಯೇ ಆಗಿದೆ ಎಂಬ ಸಂಕೇತವಾಗಿದೆ. ಆದ್ದರಿಂದ ಸಮಲೈಂಗಿಕರಿಗೆ ಪಿತೃಋಣ ಇಲ್ಲವೇ ಇಲ್ಲ. ಅವರನ್ನು ಮಕ್ಕಳನ್ನು ಹೆರುವ ಹೊಣೆಗಾರಿಕೆಯಿಂದ ದೂರವೇ ಇಡಲಾಗಿದೆ. ಇದು ನನ್ನ ವೈಯಕ್ತಿಕ ನಂಬಿಕೆ ಆಗಿದೆ. ಸಮಲೈಂಗಿಕ ವ್ಯಕ್ತಿ ಅನಾಥಾಶ್ರಮದಿಂದ ಮಕ್ಕಳನ್ನು ದತ್ತಕ ತೆಗೆದುಕೊಳ್ಳಬಹುದು. ನೋಡಿ, ಸಮಲೈಂಗಿಕರಲ್ಲದ ಜನ ದಂಪತಿಗಳೂ ಯಾವುದೋ ಕಾರಣಕ್ಕೆ ಮಕ್ಕಳಾಗದಿದ್ದರೆ ದತ್ತಕ ತೆಗೆದುಕೊಳ್ಳುವುದನ್ನೇ ಮಾಡುತ್ತಿದ್ದಾರಲ್ಲ? ನಮ್ಮಲ್ಲಿ ಹಿಂದೆ ಮಕ್ಕಳಾಗದ ರಾಜರೂ ಕೂಡ ಮಕ್ಕಳನ್ನು ದತ್ತಕ ತೆಗೆದುಕೊಳ್ಳುತ್ತಿದ್ದರಲ್ಲ. ಉದಾಹರಣೆಗೆ ಜನಕರಾಜ ಸೀತೆಯನ್ನು ದತ್ತಕ ತೆಗೆದುಕೊಂಡಿರಲಿಲ್ಲವೇ? ಹೀಗೆ ಮಕ್ಕಳ ದತ್ತಕ ಪಡೆದು ದತ್ತ-ಪುತ್ರ ಮಾಡಿಕೊಂಡು ನಾವು ಋಣಮುಕ್ತರಾಗಬಹುದಾಗಿದೆ.

# ಏಕಾಂಗಿತನ ಮತ್ತು ಸಮಲೈಂಗಿಕತೆ

**ಅಂಕಿತ:** ದೇವದತ್ತರೇ ನನಗೊಬ್ಬ ಗೆಳೆಯನಿದ್ದಾನೆ. ಅವನು ಗೇ ಆಗಿದ್ದಾನೆ ಮತ್ತು ತಂದೆಯ ವ್ಯವಹಾರ ನೋಡಿಕೊಳ್ಳುತ್ತಾನೆ. ಅವನಿಗೆ ಈವರೆಗೆ ಯಾರೂ ಯೋಗ್ಯ ಜೀವನ ಸಂಗಾತಿ ದೊರೆತಿಲ್ಲ. ಬಹಳ ಒತ್ತಡದಲ್ಲಿರುತ್ತಾನೆ. ಗೇ ವ್ಯಕ್ತಿ ಜೀವನದಲ್ಲಿ ಬಹಳ ಏಕಾಂಗಿತನ ಅನುಭವಿಸುತ್ತಾನೆ ಎಂದು ಯಾವಾಗಲೂ ಹೇಳುತ್ತಿರುತ್ತಾನೆ. ಅವನ ಕುರಿತು ತಾವೇನು ಹೇಳುತ್ತೀರಿ?

**ದೇವದತ್ತ:** ಹಾಂ. ಸಮಲೈಂಗಿಕರಲ್ಲದವರೆಲ್ಲರೂ ವಿವಾಹವಾಗುತ್ತಾರೆ ಎಂದೇನಿಲ್ಲ. ಎಷ್ಟೋ ಜನ ಅಸಹಾಯಕರಾಗಿ ಅಥವಾ ಸ್ವ-ಇಚ್ಛೆಯಿಂದ ವಿವಾಹವಾಗದೇ ಇದ್ದುಬಿಡುತ್ತಾರೆ. ಕಾರಣ ನಮ್ಮ ಪರಿವಾರಗಳಲ್ಲಿ ಅತ್ತೆ, ಚಿಕ್ಕಮ್ಮ, ಮಾವ, ಚಿಕ್ಕಪ್ಪ ಇಂಥವರ್ಯಾರಾದರೂ ಅವಿವಾಹಿತರಾಗಿರೋದು ನೋಡುತ್ತೇವೆ. ಮತ್ತೊಂದೆಡೆಗೆ ನೋಡಿದರೆ ವಿವಾಹ ವಿಚ್ಛೇದನ ಪಡೆದು ವಿಧವೆಯರಾಗಿದ್ದು, ಏಕಾಂಗಿತನ ಅನುಭವಿಸುತ್ತಾರೆ. ಕಾರಣ ಏಕಾಂಗಿತನಕ್ಕೂ ಸಮಲೈಂಗಿಕತೆ ಅಥವಾ ವಿಷಮಲೈಂಗಿಕತೆಗೆ ಯಾವ ಸಂಬಂಧವೂ ಇಲ್ಲ. ಜೀವನದಲ್ಲಿ ವಿವಾಹಿತರೂ ಏಕಾಂಗಿತನದ ಅನುಭವದಿಂದ ಬಳಲುತ್ತಿರುತ್ತಾರೆ. ಮದುವೆಯಾಗಿಯೂ ಮನೆಯಲ್ಲಿ ಹತ್ತಾರು ಜನ ಇದ್ದೂ ಕೂಡ ಕೆಲವರು ಏಕಾಂಗಿತನ ಅನುಭವಿಸುತ್ತಾರೆ. ಅವರಿಗೆ ಅನಿಸುವುದೆಂದರೆ, ಯಾರೂ ನನ್ನ ಹತ್ತಿರ ಬರುವುದಿಲ್ಲ ತನ್ನ ಮಾತು ಅಲಕ್ಷ ಮಾಡುತ್ತಾರೆ ಎಂದು.

ಏಕಾಂಗಿತನ ಎನ್ನುವುದು ಸಾಮಾಜಿಕ ಸಮಸ್ಯೆಯಾಗಿದೆ ಎನ್ನುವುದನ್ನು ಅರ್ಥ ಮಾಡಿಕೊಳ್ಳಬೇಕಾಗಿದೆ. ಲೈಂಗಿಕತೆಗೂ ಏಕಾಂಗಿತನಕ್ಕೂ ಯಾವ ಸಂಬಂಧವಿಲ್ಲ. ಶ್ರೀಮಂತಿಕೆ ಅಥವಾ ಬಡತನಕ್ಕೂ ಮತ್ತು ಏಕಾಂಗಿತನಕ್ಕೂ ಯಾವುದೇ ಸಂಬಂಧವಿಲ್ಲವೆಂದು ಅರ್ಥ ಮಾಡಿಕೊಳ್ಳಬೇಕಾಗಿದೆ. ಇದೊಂದು ಮಾನಸಿಕ ಹಾಗೂ ಸಾಮಾಜಿಕ ಸ್ಥಿತಿಯಾಗಿದೆ. ಏಕಾಂಗಿತನದೊಡನೆ ನಾವು ಸ್ವಂತ ಧೈರ್ಯದಿಂದ ಹೋರಾಟ ಮಾಡಬೇಕಿದೆ. ಇದರಲ್ಲಿ ಗೆಳೆಯರು ಹಾಗೂ ಕುಟುಂಬದವರ ಸಹಕಾರವಿದ್ದರೆ ಹೋರಾಟ ಸರಳವಾಗಿರುತ್ತದೆ.

ಯೋಚನೆ ಮಾಡಿನೋಡಿ, ಇಪ್ಪತ್ತು ವರ್ಷ ವಯಸ್ಸಿಗೆ ಮದುವೆಯಾಗುತ್ತೀರಿ. ನಲವತ್ತು ವರ್ಷ ದಾಂಪತ್ಯದ ಸುಖ ಸವಿಯುತ್ತೀರಿ. ಅರವತ್ತು ವರ್ಷಕ್ಕೆ ವಿಧವೆಯೋ ವಿದುರರೋ ಆಗುತ್ತೀರಿ. ಈ ಅರವತ್ತು ವರ್ಷ ವಯಸ್ಸಿನಲ್ಲಿ ವಿವಾಹವಾಗಲು ಸಾಧ್ಯವಾಗುವುದಿಲ್ಲ. ನೀವು ತೊಂಭತ್ತು ವರ್ಷ ಬದುಕುವವರಾಗಿದ್ದು, ಇನ್ನುಳಿದ ಮೂವತ್ತು ವರ್ಷ ಏಕಾಂಗಿಯಾಗಿಯೇ ಜೀವನ ನಡೆಸಬೇಕಾಗುತ್ತದಲ್ಲ? ಈ ಏಕಾಂಗಿತನಕ್ಕೆ ಏನು ಮಾಡುವುದು?

ಎಷ್ಟೋ ಜನರ ಮಕ್ಕಳು ಶಿಕ್ಷಣ ಪಡೆಯಲು ವಿದೇಶಕ್ಕೆ ಹೋಗುತ್ತಾರೆ, ಅಲ್ಲಿಯೇ ಉಳಿದುಬಿಡುತ್ತಾರೆ. ಹಲವು ಸಲ ಕೆಲವರಿಗೆ ಒಬ್ಬನೇ ಮಗನಿರುತ್ತಾನೆ. ಅವನು ಮತ್ತೆಲ್ಲೋ ವಾಸಿಸುತ್ತಾನೆ ಅಥವಾ ಒಬ್ಬಳೇ ಮಗಳಿರುತ್ತಾಳೆ. ಆಕೆ ವಿವಾಹವಾಗಿ ಪತಿಯ ಮನೆ ಸೇರಿಬಿಡುತ್ತಾಳೆ. ಇಂಥಲ್ಲಿ ಕೆಲವರು ವೃದ್ಧಾಶ್ರಮದಲ್ಲಿ ಇರುತ್ತಾರೆ. ಇವರೆಲ್ಲರೂ ಏಕಾಂಗಿತನದ ಅನುಭವದ ನೋವು ತಿಂದವರೇ ಆಗಿರುತ್ತಾರೆ. ಹೌದಲ್ಲವೆ? ಇದು ಜೀವನ, ಇದರ ಮೇಲೆ ಯಾರ ಹಿಡಿತವೂ ಇರುವುದಿಲ್ಲ. ನಾನು ಮತ್ತೆ ಹೇಳಬಯಸುವುದೆಂದರೆ; ಏಕಾಂಗಿತನ ಹಾಗೂ ಸಮಲೈಂಗಿಕತೆಗಳಲ್ಲಿ ಯಾವ ಸಂಬಂಧವೂ ಇಲ್ಲ. ಎಲ್ಲ ಜನರೂ ಏಕಾಂಗಿತನದ ತಳಮಳ ಅನುಭವಿಸಿದವರೇ ಆಗಿರುತ್ತಾರೆ.

## ಮಾನವಾಧಿಕಾರ ಮತ್ತು ಸಮಲೈಂಗಿಕತೆ

ಇಂದಿನ ಜೀವನದ ಬಗ್ಗೆ ಕುರಿತು ಮಾತಾಡಿದ ಮೇಲೆ ನಾನು ಭವಿಷ್ಯದ ಕುರಿತೂ ಮಾತಾಡಬೇಕಾಗಿದೆ. ಭವಿಷ್ಯದ ದೃಷ್ಟಿಯನ್ನು ಮುಂದಿಟ್ಟು ನಾವು ಮಾನವಾಧಿಕಾರ, ಮಾನವ ಹಕ್ಕು ಕುರಿತು ಮಾತಾಡೋಣ. ಇತ್ತೀಚೆಗೆ ನಾನು ಎಲ್ಲಿಯೋ ಓದಿದ ನೆನಪಿದೆ. ಸಂಯುಕ್ತ ರಾಷ್ಟ್ರ ಸಂಘದ ಮಾನವಾಧಿಕಾರ ಸಮಿತಿಯ ಉದ್ದೇಶವೆಂದರೆ, ವರ್ಷ 2030ರವರೆಗೆ ಜಗತ್ತಿನಲ್ಲೆಲ್ಲ ಕನ್ವರ್ಷನ್ ಥೆರಪಿ ನಿಲ್ಲಿಸಿ ಬಿಡಬೇಕಾಗಿದೆ. ಅಂದರೆ ಸಮಲೈಂಗಿಕರನ್ನು ವಿಷಮಲೈಂಗಿಕರನ್ನಾಗಿ (ಸಹಜ ವ್ಯಕ್ತಿಗಳಾಗಿ) ಮಾಡುವುದು. ವಿದ್ಯುತ್ ಶಾಕ್ ಕೊಟ್ಟು ಅಥವಾ ಬೇರಾವುದೋ ಮಾರ್ಗದಿಂದ ಇದು ಸಾಧ್ಯವಾಗಿಸಬೇಕು. ದೇವದತ್ತ ಅವರೇ ಇದು ಸಾಧ್ಯ ಎಂದು ತಮಗೆ ಅನಿಸುವುದೇ? ಈ ಕುರಿತು ತಾವು ಏನಾದರೂ ಮಾರ್ಗದರ್ಶನ ಮಾಡಬಹುದೆ?

**ದೇವದತ್ತ:** ಜನರು ಯಾವಾಗಲೂ ಈ ಜಗತ್ತನ್ನು ಬದಲಾಯಿಸಲು ಬಯಸುತ್ತಾರೆ. ಮಾವನ್ನು ಪೇರಳೆ ಮಾಡಲು ಬಯಸುತ್ತಾರೆ. ಹುಲಿಯನ್ನು ಬೆಕ್ಕಾಗಿ, ಬೆಕ್ಕನ್ನು ಹುಲಿಯಾಗಿ ಪರಿವರ್ತನೆ ಮಾಡಲು ಬಯಸುತ್ತಾರೆ. ಈ ಮನುಷ್ಯ ಪ್ರಕೃತಿಯೊಡನೆ ಆಟವಾಡುತ್ತಾನೆ. ಆತ್ಮಜ್ಞಾನಿಯಾದವನು ಪರರ ಸ್ವಭಾವವನ್ನು ಸ್ವೀಕರಿಸುತ್ತಾನೆ. ಹಾಗಲ್ಲದವನು ಸ್ವಾಭಾವಿಕತೆ ಸ್ವೀಕರಿಸದೆ ಅದನ್ನು ಬದಲಾಯಿಸಲು ಬಯಸುತ್ತಾನೆ.

ಯಾರು 'ಕನ್ವರ್ಷನ್ ಥೆರಪಿ' ಕುರಿತು ಮಾತಾಡುತ್ತಾರೆಯೋ, ಯಾರು ಯಾರು ವಿಜ್ಞಾನದ ಮೂಲಕ ಬದಲಾವಣೆ ಮಾಡಲು ಬಯಸುತ್ತಾರೆಯೋ, ಅವರು ಒಂದು ರೀತಿಯ ಆತಂಕವಾದಿಗಳಾಗಿರುತ್ತಾರೆ–ಮಾನಸಿಕ ಆತಂಕವಾದಿಗಳು. ತಮ್ಮ ಮಕ್ಕಳ ಸ್ವಭಾವ ಬದಲಾಯಿಸಲು ಸಾಧ್ಯವಾಗದ ಕಾರಣ, ಅವರ

ಮನಸ್ಥಿತಿಯನ್ನು ನಾಶಗೊಳಿಸುತ್ತಾರೆ. ಅವರ ಆತ್ಮಗೌರವ ಮುರಿದು ಹಾಕುತ್ತಾರೆ. ಇಂತಹ ಜನರಿಗೆ ಕರ್ಮ, ಸ್ವಭಾವ, ಪ್ರಕೃತಿ ಹಾಗೂ ಆತ್ಮಜ್ಞಾನ ಇರುವುದಿಲ್ಲ. ಈ ಸಮಸ್ಯೆಯು ಆತ್ಮಜ್ಞಾನದಿಂದಲೇ ಬಗೆಹರಿಯಲು ಸಾಧ್ಯ. 'ಕನ್ವರ್ಷನ್ ಥೆರಪಿ'ಯಿಂದ ಸಾಧ್ಯವಿಲ್ಲ. ಎಲ್ಲಿಯವರೆಗೆ ಆತ್ಮಜ್ಞಾನದ ಕೊರತೆ ಈ ಸಮಾಜದಲ್ಲಿ ಇದೆಯೋ ಅಲ್ಲಿಯವರೆಗೆ ಇಂತಹ ಥೆರಪಿಗಳು ಬರುತ್ತಲೇ ಇರುತ್ತವೆ.

ಜಗತ್ತಿನಲ್ಲಿ ಸುಮಾರು ಐವತ್ತು ಇಸ್ಲಾಮಿಕ್ ದೇಶಗಳಲ್ಲಿ ಸಮಲೈಂಗಿಕತೆಗೆ ಮಾನ್ಯತೆ ಕೊಟ್ಟಿಲ್ಲ. ಇವರನ್ನು ಹೇಗೆ ಬದಲಾಯಿಸೋದು? ಎಷ್ಟೊಂದು ಈಸಾಯಿ ದೇಶಗಳಲ್ಲಿ ಗರ್ಭನಿರೋಧಕ್ಕೆ ಮಾನ್ಯತೆ ಇಲ್ಲ. ಆ ಜನರಿಗೆ ಕಾಂಡೋಮ್ ಕೊಡಲಾಗುವುದಿಲ್ಲ. ಆ ಕಾರಣದಿಂದ ರೋಗ ಹರಡುತ್ತದೆ. ಇದೆಲ್ಲವೂ ಧರ್ಮದ ಹೆಸರಿನಲ್ಲಿ ನಡೆಯುತ್ತದೆ. ನಮ್ಮ ಉದ್ದೇಶ ಏನು ಆಗಿರಬೇಕೆಂದರೆ, ಧರ್ಮವನ್ನು ಪ್ರೇಮದ ವೈರಿಯಾಗಿಯೂ ಹಾಗೂ ಲೈಂಗಿಕತೆಯನ್ನು ಅಭಿಲಾಷೆಯ ವೈರಿಯಾಗಿಯೂ ನೋಡದೆ, ಅವನ್ನು ಸ್ನೇಹಿಯಾಗಿ ನೋಡಲು ಸಾಧ್ಯವಾಗಬೇಕಾಗಿದೆ. ಇದು ಯೋಗ್ಯವಾಗಿಯೂ ಇದೆ.

ನಮ್ಮ ಶಾಸ್ತ್ರಗಳಲ್ಲಿ ಇದರ ಪ್ರಸ್ತಾಪವಿದೆ. ನಾವು ಇದನ್ನು ಆರಾಧಿಸುತ್ತಿದ್ದೆವು. ಇದನ್ನು ಆನಂದಿಸುತ್ತಿದ್ದೆವು. ನಮ್ಮ ದೇವಿ ದೇವತೆಗಳ ಮೂಲಕ ನಾವು ಮಾಧರ್ಯ ಭಾವ, ಶೃಂಗಾರ ಭಾವ ಹಾಗೂ ವಿಲಾಸ ಭಾವನೆಗಳ ಮಹತ್ವ ಅರಿತಿದ್ದೇವೆ. ಇದೆಲ್ಲವೂ ಭಾರತೀಯ ಧರ್ಮದ ಮಹತ್ವಪೂರ್ಣ ಭಾಗವೇ ಆಗಿದೆ.

## ಭಾರತದಲ್ಲಿ ಸಮಲೈಂಗಿಕತೆಯ ಭವಿಷ್ಯ

**ಅಂಕಿತ:** ಅಂತಿಮವಾಗಿ ನಾವೀಗ ಭಾರತದ ಬಗ್ಗೆ ಮಾತಾಡೋಣ ದೇವದತ್ತ ಅವರೇ. ತಮಗೆ ಹಾಗೂ ನಮ್ಮ ಎಲ್ಲ ಓದುಗರಿಗೆ ಗೊತ್ತಿರುವಂತೆ ಕೆಲ ವರ್ಷಗಳ ಹಿಂದೆ ಭಾರತದಲ್ಲಿ ಆರ್ಟಿಕಲ್ 377 ಕೈಬಿಡಲಾಯಿತು. ಅದರಂತೆ ಮೊದಲಿಗೆ ಸಮಲೈಂಗಿಕತೆಯು ಅಪರಾಧವಾಗಿದ್ದದ್ದು ಈಗ ಅದು ಅಪರಾಧವಲ್ಲ. ಈ ಸಮಲೈಂಗಿಕರ ಪರವಾಗಿ ಹೋರಾಟ ಮಾಡುತ್ತಿರುವ ಚಳುವಳಿಗಾರರು ಭೇದಭಾವ ವಿರೋಧಿ ಕಾನೂನಿನ ಆಂಟಿ ಡಿಸ್ಕ್ರಿಮಿನೇಶನ್ ಲಾ ಕುರಿತ ಬೇಡಿಕೆ ಮಂಡಿಸುತ್ತಿದ್ದಾರೆ. ಅದರ ನಂತರ ಸಮಾನ ನಾಗರಿಕ ಅಧಿಕಾರಗಳ ಕುರಿತ ಬೇಡಿಕೆ ಇಡಬಹುದಾಗಿದೆ. ತಮ್ಮ ಪ್ರಕಾರ ಭಾರತದಲ್ಲಿ ಸಮಲೈಂಗಿಕತೆಯ ಭವಿಷ್ಯ ಹೇಗಿದೆ?

**ದೇವದತ್ತ:** ನನ್ನ ಪ್ರಕಾರ, ಭವಿಷ್ಯದಲ್ಲಿ ನಮ್ಮ ಕುಟುಂಬದವರು ತಿಳಿವಳಿಕೆ ಉಳ್ಳವರಾಗುತ್ತಾರೆ. ಅವರಲ್ಲಿ ಪರಿಪಕ್ವತೆ ಬಂದಿರುತ್ತದೆ. ನಾವು ನಮ್ಮ ಮಕ್ಕಳಿಗೆ ಅವರ ಅಭಿರುಚಿಗೆ ತಕ್ಕಂತೆ ಪ್ರೀತಿ ಕೊಡುವವರಾಗುತ್ತೇವೆ. ಅವರ ಅಭಿರುಚಿ ಪರಿವರ್ತಿಸಲು ಯತ್ನಿಸಿದೆ ಅವರ ಬೇಡಿಕೆಗಳು ಗೌರವಿಸುತ್ತೇವೆ.

ನಾವು ನಮ್ಮ ಜೀವನವನ್ನು ಒಂದು ಚೌಕಟ್ಟಿನಲ್ಲಿ ಕಟ್ಟಿ ಇಡಲು ಬಯಸುವುದಿಲ್ಲ. ಏನು ಸಿಗುತ್ತದೆಯೋ ಯಾವುದು ಕರ್ಮ ಫಲವಾಗಿದೆಯೋ ಅದನ್ನು ಸ್ವೀಕರಿಸುತ್ತೇವೆ. ನಮ್ಮ ಕರ್ಮದ ಫಲದಿಂದ ನಾವು ದುಃಖಿಗಳಾಗಬೇಕಿಲ್ಲ. ಇದುವೇ ಭವಿಷ್ಯವಾಗಿರಲಿದೆ ಎಂದು ನನಗೆ ಅನಿಸಿದೆ. ಇಲ್ಲಿ ನಾವು ನಮ್ಮ ಮಕ್ಕಳನ್ನು ಅವರ ಸ್ವಭಾವವನ್ನು ಗೌರವಿಸುತ್ತೇವೆ.

ಸಮಲೈಂಗಿಕತೆಯ ವಿಚಾರಗಳನ್ನು ಕಾನೂನು, ನ್ಯಾಯಾಧೀಶರು ಮತ್ತು ಬಂಧನಗಳ ಪರಿಧಿಗಳಿಂದ ಹೊರತಂದು ಮನೆಯಲ್ಲಿ ಕುಟುಂಬದ ಪರಿಸರಕ್ಕೆ ತರಬೇಕಾಗಿದೆ ಹಾಗೂ ರೀತಿನೀತಿಗಳಿಂದ ಪ್ರೇಮವು ಪಲ್ಲವಿಸುವುದಿಲ್ಲ. ಸಮಾಜ ಹಾಗೂ ಜೀವನದಲ್ಲಿ ಸುಖ ಎನ್ನುವುದು ಪ್ರೀತಿಯಿಂದಲೇ ಸಾಧ್ಯ. ಕಾರಣ ಸಮಲೈಂಗಿಕ ಜನರೊಡನೆ ಸಂವಾದ ನಡೆಸಬೇಕಾಗಿದೆ. ಜನ ಅವರನ್ನು ಭಿನ್ನಭಿನ್ನ ಅಭಿರುಚಿಯ ವಾದದ ಸಹಾಯದಿಂದ ಅರ್ಥ ಮಾಡಿಕೊಳ್ಳಲು ಹಾಗೂ ಸ್ವೀಕರಿಸಲು ಸಾಧ್ಯವಾಗಬೇಕಾಗಿದೆ.

**ಅಂಕಿತ:** ದೇವದತ್ತ ಅವರೇ ಒಂದು ಪ್ರಸಂಗದ ಮೂಲಕ ಈ ಸಂವಾದವನ್ನು ಮುಕ್ತಾಯ ಮಾಡ ಬಯಸುತ್ತೇನೆ. ಕೆಲವು ತಿಂಗಳುಗಳ ಹಿಂದೆ ನೀವು ಬಲು ರಂಜನೀಯವಾಗಿ ಸಮಲೈಂಗಿಕತೆಯ ಕುರಿತು ಅದು ಕಥೆಯ ಮೂಲಕ ತಿಳಿಹೇಳಿದ್ದರು. ಹೇಳಿದ್ದೆಂದರೆ, ಶ್ರೀಕೃಷ್ಣನು ತನ್ನ ತಾಯಿಗೆ ತನ್ನ ಬಾಯಿ ತೆರೆದು ಅದರಲ್ಲಿ ಇಡೀ ಬ್ರಹ್ಮಾಂಡದ ದರ್ಶನವನ್ನೇ ಮಾಡಿಸಿದ್ದನಂತೆ. ಅದರಲ್ಲಿ ಸಮಲೈಂಗಿಕರೂ ಇದ್ದಿರಲಾರರೆ? ಈ ಪ್ರಶ್ನೆ ಕುರಿತು ಚಿಂತನೆ ಮಾಡಿ, ಅದರಲ್ಲಿ ತಮಗೆ ಸಮಲೈಂಗಿಕತೆ ಹಾಗೂ ಧರ್ಮ ಕುರಿತು ಉತ್ತರ ದೊರೆಯುತ್ತದೆ.

ದೇವದತ್ತ ಅವರೇ, ತಾವು ತಮ್ಮ ಅಮೂಲ್ಯ ಸಮಯ ಕೊಟ್ಟದ್ದಕ್ಕೆ ಧನ್ಯವಾದಗಳು.

**ದೇವದತ್ತ: ಧನ್ಯವಾದ**.